అడ్డగోలు అర్ధశాస్త్రం

వ్యాస సంకలనం

- అశోక్ మిత్ర

అడ్డగోలు అర్థశాస్త్రం

వ్యాస సంకలనం

అశోక్ మిత్ర

అనువాదం

కొండూరి వీరయ్య

నవతెలంగాణ పబ్లిషింగ్‌హౌస్

ఎమ్‌హెచ్ భవన్, ప్లాట్ నెం. 21/1, అజామాబాద్, ఆర్‌టిసి కళ్యాణమండపం దగ్గర

హైదరాబాద్ -20, సెల్ : 9490099378

Addagolu Ardha Sastrm

- Ashok Mitra

Translation : **Veeraiah Konduri**

Publication No : 1530

First Edition : September, 2020

ISBN : 978-93-87858-67-1

Cover Design : Brahmam Bhavana Grafix, Hyderabad.

For Copies :
Nava Telangana Publishing House
M.H. Bhavan, Plot No. 21/1, Azamabad,
Near RTC Kalyana Mantapam,
Hyderabad-500 020. Ph : 9490099378

Nava Telangana Publishing House Branches :
Hyderabad - Baghlingampalli (SVK) ; Chikkadapalli ; Khammam,
Hanmakonda, Nalgonda, Karimnagar, Nizamabad and Mahaboobnagar

Prajasakti Book House Branches :
Vijayawada, Guntur, Visakhapatnam, Tirupati, Ongole, Nellore,
Kakinada, Karnool, Vijayanagaram, Eluru.

Fb Page : navatelanganapublishinghouse
website : www.navatelanganabooks.com

విషయసూచిక

ముందుమాట

డాక్టర్ అశోక్ మిత్ర భారతదేశం గర్వించదగిన ఆర్థికవేత్తల్లో ఒకరు. 1970–72 మధ్య కేంద్ర ప్రభుత్వానికి ఆర్థిక సలహాదారుగానూ, 1977 నుండి 1987 వరకూ దశాబ్దం పాటు పశ్చిమబెంగాల్ ఆర్థిక మంత్రిగానూ, 1993–99 మధ్య కాలంలో రాజ్యసభ సభ్యునిగానూ సేవలందించారు. అవిభక్త బెంగాల్‌లో భాగమైన ఢాకాలో జన్మించిన అశోక్ మిత్ర కళాశాల విద్యాభ్యాసం ఢాకాలోనే జరిగింది. తర్వాత పోస్ట్ గ్రాడ్యుయేషన్ కోసం కలకత్తా విశ్వవిద్యాలయానికి వచ్చారు. విశ్వవిద్యాలయం ఆయనకు సీటు నిరాకరించటంతో చివరకు బెనారస్ హిందూ విశ్వవిద్యాలయంలో అర్థశాస్త్రంలో పోస్ట్‌గ్రాడ్యుయేషన్ పట్టా పొందారు. 1950 దశకంలో కొత్తగా ప్రారంభించిన ఢిల్లీ స్కూల్ ఆఫ్ ఎకనమిక్స్‌లో అధ్యాపకునిగా పని చేసి తర్వాత నెదర్లాండ్స్‌లోని రోటర్డామ్ విశ్వవిద్యాలయంలో అర్థశాస్త్రంలో డాక్టరేట్ పొందారు. అశోక్ మిత్రా రచనల్లో వ్యంగ్యానికి పెద్ద పీట ఉంటుంది. ఆయన మన ముందుంచిన పోలికలు, ఉపమానాలు పాతికేళ్ల క్రితం రాసినవే అయినా నేటికీ అద్దం పట్టేవిగా ఉండటం అశోక్ మిత్రా రచనల్లో గొప్పతనం. గ్రామీణ జీవితాన్ని ఔపోసన పట్టిన అశోక్ మిత్రా దేశం ఆర్థిక స్వావలంబన సాధించే దశలో కీలకమైన విధాన రూపకర్తగా నిలిచారు. ఆయన 2018 మే 1న చనిపోయారు.

ఆయన రచనల్లో ఎంపిక చేసిన కొన్ని ఆర్థిక రాజకీయ వ్యాసాలను ఇక్కడ తెలుగు పాఠకుల కోసం పొందుపరుస్తున్నాము. విస్తారమైన ఆయన సృజనాత్మకత వ్యాసంగం నుండి ఎంపిక చేసి ఈ సంకలనం ద్వారా మీ ముందుకు తెస్తున్న వ్యాసాలు 1999 – 2004 మధ్య కాలంలో రాసినవి. ఈ కాలం బిజెపి నాయకత్వంలో ప్రభుత్వం పూర్తిగా ఐదేళ్ళు అధికారంలో వున్న కాలం. కాంగ్రెస్ ప్రారంభించిన సంస్కరణలను మరింత వేగంగా లోతుగా అమలు చేసిన కాలం ఇది. అందువల్ల ఈ కాలానికి

సంబంధించిన వ్యాఖ్యానం స్వాతంత్ర్యానంతర భారతాన్ని అర్థం చేసుకోవడంలో కీలకంగా వుంటుంది. ఈ వ్యాసాల అనువాదం రెండేళ్ల క్రితమే పూర్తయినా పుస్తక రూపంలో పాఠకుల ముందుంచటంలో అనివార్య కారణాల వల్ల ఆలస్యం అయ్యింది. రచనకు అందులోనూ సృజనాత్మక రచనకు కాల దోషం లేదు. అందుకే ఈ వ్యాస సంకలనం నేటికీ తాజాగా కనిపిస్తోంది. మచ్చుకు ఆయన వ్యాసాల్లోని కొన్ని వాక్యాలను పరిశీలిద్దాం.

"కన్యత్వాన్ని ఖర్చు చేయడం ఖరీదైన పనే. అమెరికా దానికి నష్టపరిహారం చెల్లించడానికి సిద్ధంగా ఉన్నది. ప్రపంచమే వేశ్యావాటికగా మారింది. వ్యభిచారుల పాత్ర పోషించడానికి భారత పాలకులు సంతోషంగా సిద్ధమయ్యారు." భారతదేశ పాలకులు అమెరికాకు జూనియర్ భాగస్వాములుగా వ్యవహరించటానికి ఉబలాటపడటాన్ని చూసి ఏవగింపుతో చేసిన వ్యాఖ్య ఇది. "ఉప ప్రధాని లాల్ కృష్ణ అద్వానీ ద్వారా అమెరికా పంపిన సందేశం విస్పష్టంగా ఉన్నది. ఇరాక్‌లో అమెరికా సైనికుల భారాన్ని మోయడానికి భారతదేశం సిద్ధమైతే కాశ్మీర్ విషయంలో పాకిస్తాన్‌ను కాదని భారతీయ ప్రయోజనాలను సమర్థించే విషయం ఆలోచించడానికి సిద్ధంగా వుందన్న సందేశం పంపింది అమెరికా."

"లాభార్జనే పరమావధిగా ఉన్న సమాజంలో నీకున్న శషభిషలన్నీ వదులుకోవలసి వుంటుంది." ప్రముఖ ఆర్థికవేత్త డాక్టర్ అశోక్ మిత్రా వ్యాస సంకలనం ముగింపులో చెప్పిన కొన్ని వాక్యాలివి. ఈ వ్యాఖ్యలు ఆయన 2003లో చేశారు. కానీ నేటి మోడీ పాలనకు అద్దం పట్టినట్టున్నాయి. ఇవే కాదు ఈ వ్యాస సంకలనంలో చేర్చిన రచనలన్నీ అంతే ప్రాధాన్యత కలిగి వున్నాయి. అశోక్ మిత్రా ఇప్పుడు మన ముందు లేకపోయినా... ఇప్పుడున్న పరిస్థితులనే ఆయన విశ్లేషించుతున్నారా అన్నట్టుగా అనిపిస్తుంది.

"బెంగాలీ మాట్లాడే ముస్లిం ముంబై మాతంగలో ఉన్నా, ఢిల్లీలోని వసంత విహార్‌లో నివసిస్తున్నా తనను తాను భారతీయుడినే అని నిరూపించుకోలేకపోతే అతను నిస్సందేహంగా పాకిస్తాన్ ఏజెంటే అన్న మానసికత సర్వత్రా వ్యాపిస్తోంది." సరిహద్దు వివాదాల గురించి రాసిన వ్యాసంలోని మాటలివి. ఇప్పుడు జరుగుతున్నదేమిటి? ఎన్.పి.ఆర్., ఎన్.ఆర్.సి.ల పేర్లతో మైనారిటీల మీద జరుగుతున్న దాడి చూస్తూనే ఉన్నాం. అంతేకాదు... ఎన్నార్సీ ప్రక్రియ ప్రారంభమైతే ప్రతి ఒక్కరూ తాము భారతీయులమేనని రుజువు చేసుకోవాల్సిన దుస్థితి. మోడీ పాలనలో ఆహారపు అలవాట్ల మీద, వేషధారణ మీద, లవ్ జిహాదీ పేర జరుగుతున్న దాడులు చూస్తూనే ఉన్నాం.

"ఆదాయం, ఉపాధి పెరగాలంటే పెట్టుబడులు పెంచడం, ప్రణాళికా సంఘం ప్రాధాన్యతగా ఉంటుందని ఎవరైనా భావిస్తారు. పెట్టుబడుల ఉపసంహరణ ప్రాధాన్యతగా

ఉంటుందని ఎవరూ అనుకోరు. ఇది అడ్డగోలు ప్రపంచం. ఇక్కడ న్యాయం తలక్రిందులుగా కనిపిస్తుంది." అడ్డగోలు అర్థశాస్త్రం పేరుతో రాసిన వ్యాసంలో ఆయన చెప్పిన మాటలివి. మోడీ పాలనలో ఏడాదికేడాది పెట్టుబడుల ఉపసంహరణ ఊపందుకుంటున్నది. చివరకు ప్రణాళికా సంఘాన్ని 2014 ఆగస్టు 17న రద్దు చేయడానికి కేంద్ర ప్రభుత్వం తెగబడ్డది. ఇక ప్రణాళికా సంఘం ఏం చేయాలన్న ప్రశ్నే ఉదయించదు కదా! ప్రైవేటీకరణ బాటలో బరితెగించి పయనిస్తున్న కాలంలో ఉన్నామిప్పుడు. అంతరిక్షం నుంచి భూగర్భం వరకు, ఆరోగ్య రంగం నుంచి రక్షణ రంగం వరకు అన్నీ బడాబాబుల పరం చేయడానికి మోడీ ప్రభుత్వం తెగబడింది.

"ఆర్‌బిఐ వద్ద పోగుపడుతున్న విదేశీ మారక ద్రవ్యం వంక ఈ దేశపు అభివృద్ధి కోరుకుంటున్న వారు ఆశగా చూసేందుకు వీల్లేనట్టుగానే, అర్ధాకలితో నకనకలాడుతున్న వారు గోదాముల్లో మూలుగుతున్న ధాన్యం వంక ఆశగా చూడటానికి వీల్లేదు." సరిగ్గా కరోనా లాక్‌డౌన్ కాలంలో వలస కూలీల వెతలు చూసి రాసినట్టు ఉన్నది కదా! 2002లో రాసిన విషయాలు నేటి పాలకుల విధానాలకు చర్యలకు ఎంతగా అద్దం పడుతున్నాయో చూడవచ్చు. లాక్‌డౌన్ ప్రకటించే నాటికి కేంద్ర ప్రభుత్వ గోదాముల్లో ఏడున్నర కోట్ల టన్నుల ధాన్యం అందుబాటులో వున్నది. అయినా పేదలకు ఉచితంగా పంచడానికి కేంద్రం నిరాకరించింది.

"రాజ్యాంగం 282వ అధికరణం ప్రకారం ఆహార ధాన్యాలు ప్రజలకు ఉచితంగా అందుబాటులో ఉంచాలని సుప్రీం కోర్టు కేంద్ర, రాష్ట్ర ప్రభుత్వాలను ఆదేశించవచ్చు. కానీ ఈ ఆదేశాలను అమలు చేయాలంటే ప్రపంచ బ్యాంకు, అంతర్జాతీయ ద్రవ్య నిధి సంస్థ ప్రపంచ వాణిజ్య సంస్థల ద్వారా నిర్దేశించబడిన అంతర్జాతీయ న్యాయ సూత్రాలను అమలు చేయటంలో ప్రభుత్వం విఫలమైనట్టు అవుతుంది." "రాజ్యాంగం ప్రపంచ వాణిజ్య సంస్థ కంటే గొప్పదా? ఇది అర్థం చేసుకోవటం నారికేళ పాకం వంటిదే." అశోక్ మిత్రా చెప్పిన ఈ మాటలు ఇప్పుడు మోడీ వైఖరికి ప్రతిబింబంగా వున్నాయి. ఆహార ధాన్యాలు పేదలకు ఉచితంగా పంచడం కాదు. ఆ ధాన్యాన్ని శానిటైజర్లు ఉత్పత్తి చేసి లాభాలు గడించడానికి ప్రైవేట్ సంస్థలకు అనుమతించారు. భారత రాజ్యాంగం అమలైనట్టా... లేక ప్రపంచ వాణిజ్య సంస్థ మార్గదర్శకాలు అమలైనట్టా?

ప్రపంచ వాణిజ్య సంస్థ ఒప్పందాలు, షేర్ మార్కెట్ కుంభకోణాల వంటి అనేక విషయాల్లో గతంలో కాంగ్రెస్ పాలనకు, ఇప్పుడు బిజెపి పాలనకు తేడా లేదన్న విషయం "వాణిజ్యం - భేషజాలు" అన్న వ్యాసంలో స్పష్టంగా వివరించారు. వ్యవసాయ రంగం

భారత రాజ్యాంగం ప్రకారం రాష్ట్రాలకు సంబంధించిన విషయం. కానీ కేంద్ర ప్రభుత్వం డబ్ల్యు.టి.ఓ. ఒప్పందం ద్వారా అంతర్జాతీయ వాణిజ్య సంస్థకు ధారాదత్తం చేసింది. కేంద్ర రాష్ట్ర సంబంధాల సమస్యను మరింత ముందుకు తెచ్చింది. ఈ విషయాలు "డబ్ల్యు.టి.ఓ. - దేశాల సార్వభౌమత్వం" అనే వ్యాసంలో చక్కగా విశ్లేషించారు.

ప్రకృతి వైపరీత్యాలకు కూడా వర్గ స్వభావం వుంటుందన్న విషయం కండ్లకు కట్టినట్లు వివరించారు. నష్టపోయేది పేదలు. సహాయక చర్యల్లోనూ లాభపడేది ఉన్నత వర్గాలేనని గుజరాత్ భూకంపం సందర్భాన్ని విశ్లేషిస్తూ వివరించారు. ప్రకృతి వైపరీత్యాలు కూడా పాలకులు ప్రజల మీద భారాలు మోపడానికి సాకులుగా ఎట్లా ఉపయోగపడతాయో చెప్పారు. సహజంగానే లాక్‌డౌన్ కాలంలో పెట్రోల్, డీజిల్ మీద పన్నుల భారం మోపిన మోడీ ప్రభుత్వం మనకు గుర్తొస్తుంది. సంపద పన్ను, కార్పొరేట్ పన్ను గురించి ఆయన రాసిన విషయాలు చదువుతుంటే ఇప్పుడు మోడీ ప్రభుత్వం నిర్ణయాలు మన కండ్ల ముందు కదలాడుతుంటాయి. బ్యాంకుల నుంచి అప్పులు తీసుకుని ఎగవేసే తీరు, వారి పట్ల పాలకుల వైఖరి గురించి ఆయన రాసినవి చదువుతుంటే.. విజయ్ మాల్యాలూ, నీరవ్ మోడీలూ, వారు పారిపోవడానికి వెసులుబాటు కల్పించిన కేంద్ర పాలకులే మదిలో కదలాడుతారు. అవినీతి కుంభకోణాల వివరణ నేటి ఆశ్రిత పెట్టుబడిదారీ విధానాన్ని గురించే చెబుతున్నట్లుంటుంది.

అంతర్జాతీయ సంబంధాలు కూడా ఆయన ఆనాడు రాసిన కొనసాగింపుగానే అర్థమవుతాయి. "అమెరికా ఆధిపత్యం కొనసాగుతున్న శతాబ్దంలో అమెరికా ప్రమాణాలే మన ప్రమాణాలు. లాటిన్ అమెరికాలో సైనిక నియంతల సరసన కూర్చోడానికి అమెరికా సంతోషంగానే సిద్ధమైంది... భారతదేశం అమెరికా ప్రాపకం కోసం పాకిస్తాన్‌తో పోటీ పడాల్సి వస్తోంది. అందుకే నిరంకుశత్వం వైపు మొగ్గు చూపుతూ వస్తున్నది. రోమ్‌లో ఉన్నపుడు రోమన్లుగా వ్యవహరించాలి. అమెరికాను ఆరాధిస్తున్నపుడు అమెరికా విలువలనూ ఆరాధించాలి. ఈ లక్ష్యం దిశగా భారత ప్రభుత్వాలు అడుగేయటం మొదలైంది. "నేటి పరిణామాలు ఆయన ముందుగానే అంచనా వేసినట్టున్నది కదా!

భారత ఆర్థిక వ్యవస్థను, పాలకుల విధానాలను విశ్లేషించిన తీరు పాఠకులను ఆకట్టుకుంటుంది. మొదటి నుంచీ చివరి వరకు పాలకుల ప్రజా వ్యతిరేక ధోరణిని ఎండగట్టడంలో వ్యంగ్యాన్ని ఆయుధంగా ప్రయోగించారు. ప్రస్తుతం భారతదేశ దుస్థితికి రెండు ప్రధాన పార్టీలు కాంగ్రెస్, బిజెపీలు బాధ్యత వహించాలని కుండబద్దలు కొట్టినట్టు

చెప్పారు. "రెండు ప్రధాన పార్టీల నాయకత్వం ఒక వర్గపు చేతుల్లో ఉన్నది. దాంతో ఆర్థిక విధానాల విషయంలో ఈ రెండు పార్టీల మధ్య చెప్పుకోదగ్గ తేడాలేమీ లేవు." ఈ మాటలు ఆయన ప్రారంభంలోనే చెప్పారు. చివరి దాకా ఆ పరిణామం గమనించినా ఈ విషయం వాస్తవమని పదే పదే రుజువవుతుంది.

ప్రతిష్టాత్మకమైన ఎకనమిక్ అండ్ పొలిటికల్ వీక్లీలో కలకత్తా డైరీ పేరుతో 1970 నుండీ అశోక్ మిత్రా క్రమం తప్పకుండా రాశారు. ప్రస్తుతం మీ ముందుకు వస్తున్న ఈ వ్యాసాలు 1999 –2003 మధ్య కాలంలో అచ్చయ్యాయి. ప్రతి వ్యాసంలోనూ సమకాలీన రాజకీయ ఆర్థిక ప్రాధాన్యత కలిగిన అంశాలపై అశోక్ మిత్ర తన కలం సంధించారు. ఏ వ్యాసానికి ఆ వ్యాసం ఎంచుకున్న విషయాన్ని సమగ్రంగా విశ్లేషించి వ్యాఖ్యానించారు. అశోక్ మిత్రా రాసిన ప్రతి మాటలోనూ పీడిత ప్రజల పక్షపాతం కొట్టొచ్చినట్లు కనిపిస్తుంది. ఈ వ్యాసాలు దేనికదే విడివిడిగా కనిపిస్తున్నా నాటి పరిణామాల నేపథ్యంలో చూస్తే సమకాలీన ప్రభుత్వ విధానాలను అనేక కోణాల నుండి విశ్లేషించటం ద్వారా పాఠకులకు సమగ్ర అవగాహన కల్పించేందుకు ప్రయత్నం చేశారు రచయిత. ఈ వ్యాసాలను సాధ్యమైనంత సరళంగా వాడుక భాషలో అనువదించటానికి జరిగిన ప్రయత్నం అభినందనీయం.

స్థూలంగా ప్రజా కార్యకర్తలకు, భారత ఆర్థిక వ్యవస్థ నడక తీరు అర్థం చేసుకోవాలనుకునే వారికీ ఈ పుస్తకం కరదీపికగా ఉపయోగపడుతుంది. అందరూ అధ్యయనం చేయవలసిన పుస్తకం.

- ఎస్ వీరయ్య

【1】

కమ్ముకొస్తున్నారు

బాబ్రీ మసీదు కూల్చివేస్తున్నపుడు కేంద్రంలోని కాంగ్రెస్ ప్రభుత్వం గుడ్లప్పగించి చూసింది. ఈ విషయాన్ని ప్రస్తావించినప్పుడల్లా అదేదో అనుకోకుండా జరిగిపోయిందన్న వివరణ వినవస్తూ ఉంది. అంతమాత్రాన ఆ సంఘటన అప్రాధాన్యత కలిగినదిగా మారిపోదు. కాంగ్రెస్, భారతీయ జనతా పార్టీల మధ్య పాత్రధారుల్లో తేడా తప్ప పాత్రల్లో, నటనలో చెప్పుకోదగ్గ తేడాలేమీ లేవు. కాంగ్రెస్ నాయకులైనా, బిజెపి నాయకులైనా ఒకే సామాజిక ఆర్థిక తరగతికి ప్రాతినిధ్యం వహించే వాళ్లే. ఒక్కో సందర్భంలో ఒకే కుటుంబం నుండి వచ్చిన వాళ్లే రెండు పార్టీల్లోనూ ఉన్న సందర్భాలు కూడా చూశాము. బిజెపికి మాతృసంస్థ అయిన ఆరెస్సెస్‌కు మహాత్మాగాంధీని చంపిన నాథూరాం గాడ్సేకు ఉన్న సంబంధం గురించి ప్రత్యేకంగా చెప్పుకోనక్కర్లేదు. అయినా మహాత్మా గాంధీ మనవరాలు బిజెపిలో ఉన్నారు. ఒకప్పుడు బిజెపి నాయకుడుగా ఉన్న మాధవరావ్ సింధియా ఇప్పుడు కాంగ్రెస్ అధిష్టానపు ఆంతరంగికుల్లో ఒకరు. ఆయన తల్లి మాత్రం ఇంకా ఆరెస్సెస్‌కు అనుబంధంగా ఉన్న బిజెపిలోనే రాజమాతగానే ఉన్నారు. తల్లి కొడుకులు ఎక్కడున్నారు అన్న దాంతో నిమిత్తం లేకుండా ఆమె కూతుళ్లల్లో ఒకరు బిజెపి తరఫున కేంద్రమంత్రిగా ఉంటే మరొకరు వచ్చే ఎన్నికల్లో పార్టీ టిక్కెట్ కోసం కసరత్తు చేసుకుంటున్నారు. నిన్న మొన్నటి వరకు ఇందిరాగాంధీకి అత్యంత నమ్మకస్తుల్లో ఒకరైన కుమారమంగళం కొడుకు రంగరాజన్ కుమార మంగళం నేడు ఎవరి గూటికి చేరారు? గోవింద వల్లభపంత్ కొడుకు కోడలు కూడా ఇదే బాట పట్టారు కదా. దేశంలో ఉన్న రాజకీయ నాయకుల్లో అరుణ్ నెహ్రూ ఒక్కరే గాంధీ ఇంటిపేరుతో ఉన్నారు. ఆయన కూడా హిందుత్వ వాదులకు సలహాదారు పాత్రతో సంతృప్తి చెందక నేరుగా ఆ పార్టీలో చేరిపోయారు. మరోవైపు

కూడా కప్పదాట్లు జరుగుతున్నాయి. గతంలో రెండు సార్లు రాయబరేలి లోక్‌సభ స్థానంలో బిజెపి తరపున గెలిచిన అభ్యర్థి ఇప్పుడు కాంగ్రెస్ తీర్థం పుచ్చుకుంటున్నారు. ఈ తరహా ఉదాహరణలు ఎన్నైనా చెప్పొచ్చు. నిర్ధారణ ఒక్కటే. ఆయా సందర్భాల్లో ఆయా రాజకీయనాయకులు ఏ రంగు చొక్కా తొడుక్కున్నారు అన్నదాన్ని బట్టి వారి అసలు రంగు మారదు. ఎక్కడున్నా ఏ రంగు చొక్కా తొడుక్కున్నా వీళ్లంతా ఒకేతానులో ముక్కలు. కొత్త పార్టీలో చేరినంత మాత్రాన వారి జీవనశైలి మారదు. ఇక వారికున్న సైద్ధాంతిక నిబద్ధత గురించి ఎంత తక్కువ మాట్లాడుకుంటే అంత మంచిది. టివీల్లో రీల్ వస్తోంది. అప్పటి ఇందిరా గాంధీ సాధువుల ఆశీర్వాదం కోసం మఠాలు, గుళ్లు గోపురాలు ఎక్కుతూ దిగుతూ ఉన్న ఫోటోలతో ఉన్న రీల్ అది. ఈ ప్రదక్షిణాలు గుళ్లకే పరిమితం చేయలేదు. మసీదులు, దర్గాలకు కూడా వెళ్లటం కేవలం జనాన్ని గందరగోళపర్చటం తప్ప మరోటి కాదు. లౌకికతత్వం అంటే అన్ని మతాలను సమానంగా చూడటం కాదు. అన్ని మతాలకు దూరంగా ఉండటం.

కరుడుకట్టిన కాషాయం ధరించిన పార్టీలు, ధరించని పార్టీలు ముందుకు తెస్తున్న వాదనలు ఎవ్వరినీ ఒప్పించలేవు. మెప్పించలేవు. కాంగ్రెస్, బిజెపిలను చూసినప్పుడు ఈ రెండు పార్టీల వర్గ దృక్పథంలోనూ, వ్యవహార శైలిలోనూ చెప్పుకోదగ్గ తేడాలు ఏమీ లేవు. సైద్ధాంతిక కారణాలతో వీళ్లను ఎవరిని సమర్థించాలో నిర్ణయించుకోబోయే సాధారణ ప్రజలకు మాత్రమే సమస్య. ఎన్నికలు ముగిశాక లౌకిక, కాషాయ వ్యత్యాసాలు సమసిపోయే ప్రమాదమూ లేకపోలేదు. స్థిరమైన ప్రభుత్వం ఏర్పాటు కోసం సంప్రదింపులు జరిగేటప్పుడు ఒప్పందాలు కుదిరేటప్పుడు ఈ రెండు రంగులు సమాన ప్రాతినిధ్యం కలిగి ఉంటాయి. కప్పదాట్లు ఇకపై సాధారణ లక్షణాలే. భారతదేశంలో అసాధ్యం అన్న పదానికి అవకాశం లేదు. సోషలిస్టు పార్టీ ప్రధాన కార్యదర్శిని అని చెప్పుకుంటున్న వ్యక్తి తన సైద్ధాంతిక వాసనలేమిటో కూడా పట్టించుకోవటం లేదు. దేశంలో బడా పారిశ్రామికవేత్తల దాడి నుండి తనను తాను కాపాడుకోగలిగానన్న గుర్తింపు ఆయన స్వంతం అని భావిస్తారు. వెనకబడిన తరగతులకు ప్రాతినిధ్యం వహిస్తున్నామని చెప్పుకుంటున్న వారు సైతం తమ వ్యక్తిగత ప్రయోజనాలకే పెద్ద పీట వేస్తున్నారు.

ఏ పార్టీ ఎంత లోతు అవినీతిలో కూరుకుపోయిందో అన్న విషయాలపై ఏదో ఒక కారణంతో చర్చ జరుగుతుంది. బోఫోర్స్ కుంభకోణానికి సంబంధించి స్విట్జర్లాండ్ నుండి చివరి దఫా పత్రాలు తెప్పించటం గురించి కాంగ్రెస్ పార్టీ అధినేత్రికి పెద్ద ఆందోళన లేదు. అటువంటి ఆందోళనకు అవకాశం కూడా లేదు. స్విట్జర్లాండ్ సుప్రీం కోర్టు తాజాగా ఇచ్చిన తీర్పులో బోఫోర్స్ తుపాకుల కొనుగోలు సందర్భంగా చేతులు మారిన ముడుపులు

ఎవరి ఖాతాలోకి వెళ్లాయో కనిపించలేదా? ఇందులో కొంత మొత్తం లండన్‌లో స్థిరపడ్డ నలుగురు ప్రవాస భారతీయ సోదరుల ఖాతాలకు చేరింది. ఈ నలుగురు సోదరులు ప్రస్తుత ప్రధాన మంత్రికి అత్యంత సన్నిహితులు అన్న విషయం జగద్విదితం.

ఈ రెండు పాలక పార్టీల మధ్య ప్రయోజనాల్లో సారూప్యత, సాపత్యం గురించి ఇంకా ఎంతైనా చర్చించుకోవచ్చు. యూనిట్ ట్రస్ట్ ఆఫ్ ఇండియా కుంభకోణంలో జరిగిన నష్టాన్ని అంచనా వేయటానికి అధికారికంగానే సంయుక్త పార్లమెంటరీ సంఘం నియమించబడింది. ఈ కమిటీ సమర్పించిన నివేదికలో ఈ కుట్రదారుల గురించి కొన్ని విషయాలు అన్యాపదేశంగా ప్రస్తావించింది. కానీ భారత రాజకీయ రంగంలో నేడున్న పరిస్థితులు గమనిస్తే ఇటువంటి దర్యాప్తులు అంత లోతుగా జరిగే అవకాశం లేదని స్పష్టమవుతుంది. యుటిఐ, ఐసిఐసిఐ వంటి సంస్థల ద్వారా పెట్టుబడులు స్వీకరించి భారీ ప్రయోజనాలు పొందిన కంపెనీలు, వాటి రాజకీయ వైఖరి గురించి కొన్ని విషయాలు పార్లమెంట్ వేదికగా ప్రజల ముందుకొచ్చాయి. ఈ రుణాలే యుటిఐని దివాళా తీయించాయి. పార్లమెంటరీ సంఘానికి అందరూ ఇచ్చిన సమాధానాలు ఒకే తీరుగా – అస్పష్టంగా ఉన్నాయి. రుణగ్రహీతల వివరాలు బహిర్గతం చేయకూడదన్న బ్యాంకింగ్ నియమాలు అధికారులకు రక్షణ కవచంగా పనికొస్తున్నాయి. కానీ స్వేచ్ఛా విపణిలో జరిగే ఊహాగానాలకు మాత్రం అడ్డు కట్ట వేయలేరు కదా. యుటిఐ పెట్టుబడుల్లో ఐదింట రెండు వంతులు గుజరాత్, ముంబయి కేంద్రంగా ఉన్న ఒక కుటుంబానికి చెందిన పరిశ్రమల్లోకే వెళ్ళాయని స్టాక్‌మార్కెట్ వర్గాల భోగట్టా. ఈ పరిశ్రమాధిపతుల కుటుంబాన్ని కాపాడటానికి దేశంలోని రెండు ప్రధాన పార్టీలు అంకితమై ఉన్నాయి. ఈ పార్టీలతో పాటు కొన్ని చితక పార్టీలకు కూడా ఈ పరిశ్రమాధిపతుల నుండి ఇబ్బడి ముబ్బడిగా నిధులు అందుతున్నాయి.

ఈ రెండు ప్రధాన పార్టీల నాయకత్వం ఒకే వర్గపు చేతుల్లో ఉన్నది. దాంతో ఆర్థిక విధానాల విషయంలో ఈ రెండు పార్టీల మధ్య చెప్పుకోదగ్గ తేడాలేమీ లేవు. మళ్లీ పుట్టుకొస్తున్న వలసవాదం, ప్రభుత్వ పెట్టుడుల కోత, వివిధ ప్రభుత్వరంగ పరిశ్రమల ప్రైవేటీకరణ వంటివే రానున్న కాలంలో ప్రభుత్వ విధానాలుగా మారుతున్నాయి. పరిణామాలు ఆందోళనకర స్థాయికి చేరుతున్నాయని అంటున్నారు. వర్ధమాన దేశాలతో పాటు రానున్న దశాబ్దంలో భారతదేశం కూడా ఒకే రకమైన సమస్యలను ఎదుర్కోబోతోంది. విదేశీ వాణిజ్యం, దాంతో ముడిపడ్డ విదేశీ పెట్టుబడులకు సంబంధించిన సమస్యలే అవి. ఈ విషయాల్లో ప్రపంచ వాణిజ్య సంస్థల ఆదేశాలను

తు.చ తప్పకుండా పాటించేందుకు రెండు ప్రధాన పార్టీలు, వాటి నేతృత్వంలో ఏర్పడే ప్రభుత్వాలు కృతనిశ్చయంతో ఉన్నాయి. 1994లో మర్రకేష్ ఒప్పందంపై సంతకాలు చేసింది కాంగ్రెస్ పార్టీకి చెందిన వాణిజ్య శాఖ మంత్రి. అప్పటికి ప్రతిపక్ష పాత్ర పోషిస్తున్న బిజెపి మర్రకేష్ ఒప్పందంలోని అనేక అంశాలతో తాము విభేదిస్తున్నామని నాటకాలాడింది. కులీన వర్గాల అంతర్గత పోరాటంలో కథలెప్పుడూ సుఖాంతమే అవుతాయి కదా. 1998లో బిజెపి అధికారానికి వచ్చాక ప్రపంచ వాణిజ్య సంస్థ విషయంలో పార్టీ వైఖరి మారిపోయింది. ప్రపంచ వాణిజ్య సంస్థ కనుసన్నల్లో భారతీయ పేటేంట్ చట్టానికి సవరణలు ఆమోదించటం నిస్సందేహంగా రెండు పాలకవర్గ పార్టీల ఉమ్మడి అవగాహన ఫలితమే. న్యాయ కోవిదుడుగా గుర్తింపు పొందిన కాంగ్రెస్ ఎంపి పేటెంట్ చట్టంలోని లోతుపాతులు వివరించారు. బిజెపికి చెందిన పరిశ్రమలు, వాణిజ్య శాఖ మంత్రి సవరణలు ప్రతిపాదిస్తూ కాంగ్రెస్ పార్టీ ప్రతినిధి చెప్పిన విషయాలకు తాను అదనంగా జోడించేదేమీ లేదని ప్రకటించారు.

ఈలోగా ఆర్థికశాఖ తన పని తాను మొదలుపెట్టింది. పార్లమెంట్ ప్రతిపాదించిన చట్ట సవరణ సజావుగా ఉందా లేదా అన్నది ఆర్థిక శాఖకు అంత పట్టింపు లేనట్లుగా ఉంది. గత కొన్ని దశాబ్దాలుగా అంతర్జాతీయ సూపర్ పవర్స్‌గా ఉన్న దేశాల ప్రయోజనాలు కాపాడే అంతర్జాతీయ ద్రవ్య పెట్టుబడి అడుగులకు మడుగులొత్తుతోంది భారతీయ ఆర్థిక శాఖ. ప్రపంచ వాణిజ్య శాఖ అధికరణాల మేరకు విదేశీ ద్రవ్య చెల్లింపుల సమస్యల రీత్యా వర్ధమాన దేశాలు సుదీర్ఘకాలం వ్యవసాయోత్పత్తులపై దిగుమతి ఆంక్షలు కొనసాగించవచ్చు. ఒక దేశపు విదేశీ ద్రవ్య చెల్లింపుల సామర్ధ్యం బలోపేతం అయిందని అంతర్జాతీయ ద్రవ్యనిధి సంస్థ గుర్తించి ప్రపంచ వాణిజ్య సంస్థకు చెప్పినప్పుడు మాత్రమే ఆయా దేశాలకు అటువంటి దిగుమతి ఆంక్షలు తొలగించమని ఆదేశాలు ఇచ్చే అవకాశం ఉంది. సాధారణంగా ఐఎంఎఫ్ తన అభిప్రాయాన్ని ప్రపంచ వాణిజ్య సంస్థకు తెలియచేయటానికి ముందు సదరు దేశానికి చెందిన ఆర్థికశాఖ అభిప్రాయాన్ని కోరుతుంది. భారతీయ ఆర్థిక శాఖకు రాజును మించిన రాజభక్తిని ప్రదర్శించటం అలవాటు. దేశంలో విదేశీ ద్రవ్య చెల్లింపుల సామర్థ్యం గణనీయంగా పెరిగిందని, ఈ నేపథ్యంలో వ్యవసాయోత్పత్తులపై దిగుమతి ఆంక్షలు తొలగించేందుకు ఇదే అదను అన్న విషయాన్ని ప్రపంచ వాణిజ్య సంస్థకు తెలియచేయొచ్చని చెప్పింది. ఈ వ్యవహార శైలి పట్ల ప్రధాన రాజకీయ పార్టీల నుండి ఇసుమంత ప్రతిఘటన కూడా ఎదురు కాలేదు. విమర్శ కూడా లేదు. రైతాంగ ప్రయోజనాల కోసం పాటుపడుతున్నామని చెప్పుకునే పార్టీలు సైతం నోరు మెదపలేదు.

వలసవాదం ఒక విషయమే కాదు. అలాగే ఛాందసవాదం కూడా. లౌకికవాదులు, మతోన్మాదుల మధ్య జరుగుతున్న చివరి యుద్ధాన్ని పరిశీలిస్తే ఇదే అభిప్రాయం కలుగుతుంది. అవకాశం ఉన్నంత వరకు ఈ లౌకికవాదులు ఒకవైపు ఆరెస్సెస్ విహెచ్‌పిపై యుద్ధ నగారాలు మోగిస్తుండగానే మరోవైపున అటల్‌బిహారీ వాజ్‌పేయి మాటల్లో ప్రాసంగికతను అంగీకరిస్తారు. అదేతరహాలో కాంగ్రెస్ కూడా ఇందిరాగాంధీ, ఆమె పెద్దకొడుకు హిందూ సాధువుల ఆశీర్వాదాలు పొందటానికి సాష్టాంగ ప్రమాణాలు చేయటం కూడా ప్రసార సాధనాల్లో కనిపిస్తుంది.

ఈ రెండు రాజకీయ పార్టీల మధ్య సైద్ధాంతిక మేళవింపు వల్ల తలెత్తే ప్రమాదాన్ని దేశంలోని వామపక్షాలు మాత్రమే గుర్తిస్తున్నాయి. కానీ దేశంలో వామపక్ష రాజకీయాలకు పరిస్థితులు అనుకూలంగా లేవు. ప్రచారంలో ఉన్న విషయాలు వాస్తవాలతో పొసగటం లేదు కాబట్టి ప్రజాస్వామిక వికేంద్రీకరణ సిద్ధాంతాన్ని ముందుకు తెచ్చాయి వామపక్షాలు. ఎన్నికల వ్యూహానికి సంబంధించి కేంద్ర కమిటీ ఇచ్చిన ఆదేశాలను ఆయా రాష్ట్ర కమిటీలు తమ తమ రాష్ట్రాల్లో ఉన్న పరిస్థితుల నేపథ్యంలో ఎవరికి వారు తమకు అనుకూలంగా వర్తింపజేసుకుంటున్నారు. శరద్ పవార్ తిరుగుబాటు అందరినీ దిగ్భ్రాంతికి గురి చేసింది. ఈ పరిస్థితుల్లో కాంగ్రెస్ టిక్కెట్ల మీద గెలిచిన ఎంపీలు అధికార దాహంతో పెద్ద సంఖ్యలో బిజెపి తీర్థం పుచ్చుకుంటారేమో అన్న ఆందోళన వామపక్షాల్లో ఉంది. ఇటువంటి కప్పదాటుగాళ్లకు మనస్సాక్షి ఎలా ఉంటుందో కూడా తెలీదు. అవకాశం లేనప్పుడు అవకాశవాదానికే పెద్ద పీట. దీని గురించి అంత లోతుగా చర్చించేదేముంది ? బిజెపి గొడుగు నీడన చేరినవారిలో కొందరు కడుపేదలున్నారు. రానున్న కాలంలో వీరే జాతీయ సమగ్రతలకు పెద్ద విఘాతంగా మారే ప్రమాదం ఉంది. మనం పాకిస్తాన్‌కు చెవులు మెలేశాం కదా అన్న చర్చ కూడా జరుగుతోంది. కార్గిల్‌లో భారత సైన్యాల విజయంపై ప్రశ్నలు లేవనెత్తుతున్న వారిని పాకిస్తాన్ ఏజెంట్లుగా ప్రకటించి వారిని లాకప్‌లో పెట్టి కొట్టాలన్న సూచనలు కూడా వస్తున్నాయి. ప్రతి పొద వెనకా, గుబురు వెనకా పాకిస్తాన్‌కు చెందిన ఉగ్రవాదులను వెతికేందుకు బిజెపి చేస్తున్న ప్రయత్నం రానున్న రోజుల్లో బంగ్లాదేశ్‌తో కొత్త సమస్యలు తెచ్చి పెట్టే అవకాశం ఉంది. బహుశా అటువంటి పరిస్థితి తలెత్తితే తప్ప అమెరికా భారత్ పాకిస్తాన్ విషయంలో వేలుపెట్టడానికి అవకాశం రాదు. వలసవాదం కమ్ముకోస్తోంది.

- 18 సెప్టెంబరు, 1999

2

మామలు - అల్లుళ్లు

ఈ కథకు అనేక కోణాలున్నాయి. 1930 దశకంలో ఒక రోజు ఎ.కె.ఫజ్లుల్ హక్ పదవీ స్వీకారం చేసే హడావుడిలో ఉన్నాడు. భారత ప్రభుత్వ చట్టం ప్రకటనతో దేశంలో స్వయంప్రతిపత్తి కలిగిన ప్రాంతీయ ప్రభుత్వాలు ఏర్పాటు చేసే అవకాశం వచ్చింది. హక్ చుట్టపక్కాల్లో నమ్మకస్తులైన బంధువులున్నారు. వారందరికీ ముఖ్యమైన పదవులు కట్టబెట్టారు. ఇలా బంధు ప్రీతికి పాల్పడటం పట్ల ఆందోళన వ్యక్తం అయ్యింది. పుట్టుకతో వచ్చిన బుద్ధులు అంత తేలికగా పోవు. అందువల్ల గద్దెనెక్కగానే పెద్ద పదవులన్నీ అయినవాళ్లకు అప్పగించారు.

జరుగుతున్న పరిణామాలు చూస్తే కేంద్ర ఆర్థిక మంత్రి కూడా ఈ సాంప్రదాయ దేశీయ విలువలకు కట్టుబడి ఉన్నట్లు కనిపిస్తోంది. 'నా బంధువులందరూ తెలివైన వాళ్లయితే నేనేమి చేయాలి?' అంటూ ఆయన ప్రశ్నించారు. ఆ బంధువులకు పందేరం చేస్తున్న పదవులు గురించి మాత్రం పల్లెత్తి మాట్లాడటం లేదు. కానీ పన్ను రాయితీలు పొందుతున్న కోడళ్ళ మీద ఆయన కన్ను పడింది. అటువంటి కోడళ్ళ పట్ల మారిషస్ అత్యంత ఆదరణ చూపిస్తోంది. మారిషస్ వేదికగా ఈ కొత్త కోడళ్ళకు అందుతున్న పన్ను రాయితీలు – నిజానికి అవన్నీ పన్ను ఎగవేతలే – అన్నింటినీ భయంకరమైన పొరపాటుగానే చూడాలి. ఎందుకంటే ఇటువంటి వాళ్లంతా ప్రజాస్వామ్యానికి భారమే. ఆర్థిక మంత్రి సాధ్యమైనంత బాహాటంగానే మాట్లాడుతున్నాడు. ఆయన కోడళ్ళు, వారి మిత్రులు జాతి వ్యతిరేకులు అన్న విషయంలో ఆర్థిక మంత్రికి ఎటువంటి సందేహమూ లేదు. ఈ మధ్య కాలంలో అనేకమంది యువకులు స్టాక్ మార్కెట్‌లో అనేక కొత్త పోకడలు

పోతున్నారు. ఇటువంటి పోకడల వల్ల విదేశీ పెట్టుబడిదారులే కాకుండా దేశంలోని కొద్దిమంది మధ్యతరగతి వారికి కూడా లాభాలు పోగు పడుతున్నాయి. ఫలితంగా బంధుమిత్రులు, ఆశ్రితులు మామా అల్లుళ్లు, కూతుళ్లు కోడళ్లు లాభాలు పంచుకోవటంలో పోటీ పడుతున్నారు. సమాజంలో వివిధ స్థాయిల్లో రాజకీయంగా ఆర్థికంగా పలుకుబడి కలిగిన వాళ్లు ఈ పద్ధతిలో ఆస్తులు కూడేసుకుంటున్నారు. ఇటువంటి చర్యల వల్ల విదేశీ పెట్టుబడిపై ప్రత్యక్ష ప్రభావం ఏమీ లేదన్నది వేరే విషయం.

ఈ విషయాన్ని మరింత సరళతరం చేసి చూద్దాం. వారం చివర్లో జరిగే స్టాక్ మార్కెట్ లావాదేవీల్లో ఆర్థిక మంత్రి అల్లుళ్లకు, కోడళ్లకు ఎంతో కొంత లబ్ది కలిగితే దానిపై మనం అంత ఆగ్రహం వ్యక్తం చేయాల్సిన అవసరం ఏమిటి? ఈ విధంగా లబ్ది పొందిన వాళ్లు మరో ప్రముఖ వ్యక్తికి బంధువులైతే ఇంత పెద్ద చర్చ జరిగేదా? స్వాతంత్ర్యానంతరం మనం నిర్మించుకున్న సమాజంలో సంపద పంపిణీ వలన లబ్ది పొందిన వారంతా సమాజంలో శిఖరాగ్రానికి చేరుకున్న వారి బంధుమిత్రులే. వారికి మాత్రమే ఈ ప్రయోజనాలు అందేలా మన సంపద పంపిణీ వ్యవస్థలు నిర్మాణమయ్యాయి. ఈ వ్యవస్థాగత లోపాలను సమస్యలను మనం పరిశీలించటానికి సిద్ధం కాకపోతే అగ్రజుల బంధువులకే సంపద పంపిణీలో అగ్రతాంబూలం దక్కుతుందని ఆరోపించటం అర్థం లేనిపని. ఈ విమర్శలు సంపన్న కుటుంబాల్లోని పిల్లలు, వారి ఆదాయ మార్గాలను పెద్దగా ప్రభావితం చేయలేకపోతున్నాయి. అటువంటప్పుడు ఈ రకమైన అడ్డదిడ్డ మార్గాల్లో ఎవరెవరు ఎంతెంత సంపాదిస్తున్నారు, అది అక్రమమా, సక్రమమా అని చర్చించటంలో ప్రయోజనం ఏమిటి?

అయితే ఇక్కడ మరో ముఖ్యమైన విషయాన్ని కూడా పరిశీలించాలి. విషయ ప్రాధాన్యత రీత్యా దీన్ని విపులంగానే పరిశీలించాలి. నైతికతకు సంబంధించిన ఈ బృహత్ క్రీడలో సామర్థ్యం కలిగిన న్యాయవాది చట్టాల్లో ఉన్న అన్ని లొసుగులు వెతికి మరీ మనలను బయట పడేయొచ్చు. మనం ఎటువంటి సమాజంలో జీవిస్తున్నాము? నైతికత అనైతికత మధ్య అడ్డు గీతలు చెరిగిపోతున్న పరిస్థితి ఇది. మనందరం సరికొత్త వ్యాకరణానికి బలవుతున్న వారిమే. మనలను మనం ప్రేమించుకుంటున్నాం కాబట్టే మనం జీవించగలుగుతున్నామన్నదే ఈ సరికొత్త వ్యాకరణం.

ఇది నిగూఢమైన విషయమే. భేషజం, ఆరాధనా భావం వెనక ఇంకా క్రీనీడలు ప్రసరిస్తూనే ఉన్నాయి. ఇటీవల మరణించిన బినయ్ చౌదరి వంటి నేతలను గుర్తు

తెచ్చుకున్నా గ్రామాలు పట్టణాల్లో కనుమరుగవుతున్న వ్యక్తిత్వాలను తలుచుకుంటే బాధేస్తుంది. మనం ఊగిసలాడతాము. అందుకే మనం మనమే. బినయ్ చౌదరికి తాను ఏమి మాట్లాడుతున్నాడో తెలుసు. సమాజంలో మూలమూలలకూ పాకిన మాలిన్యం గురించి తెలిసిన వాడు. ఒకప్పుడు ప్రపంచ విప్లవం గురించి కలలు కన్నవాడు. ఆయన కలలు గన్న అంతర్జాతీయ కార్మిక వర్గ సంఘీభావం, సౌభ్రాతృత్వం ఇప్పట్లో ఆచరణ రూపం దాల్చదని తాజా పరిణామాలు హెచ్చరిస్తున్నాయి. సిద్ధాంతకర్తలు దూరమయ్యారు. వారి స్థానాన్ని మాఫియా నేతలు ఆక్రమించారు. ఇదంతా ఓ రాజకీయ ఆర్థిక క్రీడ అని ముందు ముందు మనకూ తెలుస్తుంది. ఆదర్శాలకు సిద్ధాంతాలకు ఈ వ్యవస్థలో స్థానం లేదు. కార్యక్షేత్రంలో ఐదేళ్ళకొకసారి మాత్రం మార్పులు జరుగుతూనే ఉంటాయి.

ఘోరమైన తప్పులు భయంకరమైన పొరపాట్లు ఏడాది పొడవునా దొర్లుతూనే ఉన్నాయి. అందరికీ అర్థమయ్యే ఒక్క ఉదాహరణను చూద్దాం. పాలక వర్గాలు కోరుకున్నంత వేగంగా విదేశీ ప్రత్యక్ష పెట్టుబడులు పెరగటం లేదు. సామాజిక పరిపక్వతకు సామాజిక మాఫియాకు మధ్య పెద్దగా తేడా లేదన్న విషయంలో వీళ్లందరికీ హఠాత్తుగా జ్ఞానోదయమవుతోంది. వీటి మధ్య తేడాలున్నాయంటూ మనలను ఎవ్వరూ బుజ్జగించలేరు. ఇప్పుడున్న ఆర్థిక వ్యవస్థ ఇలానే కొనసాగాలి అంటే మాఫియాలు పెట్టుబడులు పెట్టడం తప్ప మరో మార్గం లేదు. ఈ తరగతి పెట్టుబడులు కుమ్మరించకపోతే రానున్నది అంధకారమే అనటంలో సందేహం లేదు.

ఈ పరిస్థితుల్లో విదేశాంగ విధానం కూడా వికేంద్రీకృతమవుతోంది. అరమరికలు లేకుండా జస్వంత్‌సింగ్, యశ్వంత్‌సిన్హాలు అమెరికా అనుకూల విధానాన్ని అమలు చేస్తున్నారు. ఏదైనా అనివార్యత, అవాంతరం ఎదురైనప్పుడు దేశాధ్యక్షుడే రంగంలోకి దిగుతున్నారు. సాధారణంగా దేశాధ్యక్షుడు పూర్తి స్థాయి దౌత్యవేత్తగా కూడా పనిచేస్తాడు. ఆయన మాత్రం తన పని ఎందుకు చేయకూడదు అన్న మీమాంస దానంతట అదే పరిష్కారం కాదు. స్వేచ్ఛా విపణిని నడిపిస్తున్న శక్తులు ఒక పట్టాన అంకెకు రావు. అలవి కావు.

మనం క్రమంగా అలవాటు పడాల్సిన మరో వాస్తవం ఇది. అయితే దీనంతటికీ ఓ వావి వరుస ఉన్నాయా లేదా అన్నది మనకు తెలీదు. ఉండొచ్చు. ఉండకపోవచ్చు.

ప్రసార మాధ్యమాలు, మాఫియాలు అంచనా వేసినట్లు రానున్న రోజుల్లో మొత్తం బడ్జెట్ రక్షణ శాఖ ఖాతా కిందకే పోవచ్చునేమో. ఈ దిశగా వాదించేందుకు ఒప్పించేందుకు పెద్ద గుంపే ఉంది. అందువల్ల మనం తిరిగి మన మౌలిక అంశం దగ్గరకు వద్దాము. అభివృద్ధి లేకపోతే అంతా గందరగోళమే. భారత రిపబ్లిక్కును వ్యతిరేకించే వారికి ఇలాంటి గందరగోళమే గొప్పగా ఉపయోగపడుతుంది. అయితే పరిస్థితి ఎంతగా దిగజారిందంటే అభివృద్ధి నిధులు ఎంతగా వెచ్చించినప్పటికీ పరిస్థితుల్లో కొద్దిపాటి మార్పు అన్నా వచ్చే ఆశాజనకమైన పరిణామాలు కనుచూపు మేరలో కనిపించటం లేదు.

అభివృద్ధి లేకపోతే విదేశీ ప్రత్యక్ష పెట్టుబడులు రానని మొరాయిస్తాయి. కానీ షేర్ మార్కెట్ మాత్రం ఉరకలు పరుగులు పెడుతుంది. ఈ రెండింటి మధ్య బాదరాయణ సంబంధం ఉంది. షేర్ మార్కెట్ పరుగు పెడుతుంటే విదేశీ ప్రత్యక్ష పెట్టుబడులు మందగిస్తాయి. విదేశీ ప్రత్యక్ష పెట్టుబడులు మంచి ఊపు మీద ఉంటే షేర్ మార్కెట్ మందగిస్తుంది. ఇటువంటి ద్వంద్వాత్మకత కూడా మన చుట్టూ జరుగుతున్న నీతి బాహ్య పరిణామాలు, చర్యలు, పద్ధతుల నుండి మన దృష్టిని మళ్లించలేవు. తెల్లవారితే కొత్త రోజే. కానీ ఎవ్వరికి తెలుసు? ఏమవుతుందో? మీకేమన్నా తెలుసా?

- 24-30 జూన్, 2000

3

మనం మరిచిన దార్శనికుడు

మర్చిపోవటం అన్నది ఓ అనూహ్య పరిణామం. పీతాంబర్ పంత్ దివంగతులై దాదాపు మూడు దశాబ్దాలవుతోంది. నవతరం ఆర్థికవేత్తలు, గణాంక నిపుణులు, ప్రణాళిక సంఘం సిబ్బందిగా పని చేస్తున్న వారు అక్కడో ఇక్కడో ఎక్కడో ఓ చోట పంత్ గురించి ప్రస్తావనలను వింటూనే ఉంటారు. ఈ కాలంలో ఆయన ఆలోచనలకు అంతగా విలువ లేదు. ఆయన ఆలోచనలకు విలువ లేకపోవటానికి సమీకృత సహకార ఆర్థిక వ్యవస్థ అన్న పంత్ భావన నేటి ప్రమాణాల్లో పొసగని విషయం కావటం ఒక్కటే ఆ కారణం కాదు. పీతాంబర్ పంత్ అత్యంత కీలకమని భావించిన ప్రణాళికా విధానమే నేడు సవతి తల్లి ప్రేమకు పరిమితమైంది. నిరుపయోగమైనదిగా మారింది. భారతీయ గణాంకాల వ్యవస్థ అభివృద్ధి కోసం ఆయన పాటుపడిన తీరు నేటి పరిశోధకులకు హాస్యాస్పదంగా కనిపించవచ్చు. ప్రపంచీకృత ఆర్థిక వ్యవస్థలో నిర్ణయాలు తీసుకునేటప్పుడు గతంలో ఏమి జరిగిందన్న సమాచారం అంత ప్రాధాన్యత కలిగిన సమాచారంగా లేదు. విదేశాల నుండి వస్తున్న సమాచారం, ప్రత్యేకించి సాంకేతిక కోణంలో ఉన్న సమాచారం సమకాలీన ప్రభుత్వాలు రూపొందించే ఆర్థిక విధానాలకు ప్రాతిపదికగా మారింది. భారతీయ అభివృద్ధి క్రమానికి సంబంధించి కుప్పకుప్పలుగా పోగుపడ్డ పాతకాలపు గణాంకాల పట్ల మనకున్న అవ్యాజమైన ఆసక్తిని వదులుకోవాలి. కేవలం విదేశాల నుండి వచ్చే సమాచారం, వాటి ఆధారంగా రూపొందించే అంచనాలు ఆర్థిక రంగంలో సమర్థవంతమైన వ్యూహకర్తలు పాటించాల్సిన ప్రమాణాలుగా మారిపోయాయి.

ఈ కాలంలో అయితే పీతాంబర్‌దాస్ బహుశా నిరుద్యోగిగా ఉండిపోయే వాడేమో. భారతీయ ఆర్థిక వ్యవస్థకు సంబంధించిన ఏ చిన్న సమాచారమైనా ఆయనకు కరతలామలకం. మమ్ములను అడగొచ్చు కదా అన్నది ఆయన నాలుక మీద ఉంటే మాట. దిక్కులు చూడొద్దు. నోరు తెరిచి అడగటానికి బిడియపడొద్దు. ఒక్కసారి పీతాంబర్ పంత్‌ను అడగండి. ఏ గణాంకాలు సరైనవి, ఏవి తప్పు అన్నది ఇట్టే చెప్పేస్తారు అన్నది అప్పట్లో నానుడి. ఆర్థికవేత్తగా ఆయన శిక్షణ పొందిన మేధావి కాదు. గణాంకాల విషయంలో కూడా ఆయనకు పెద్ద పెద్ద డిగ్రీలు ఏమీ లేవు. క్విట్ ఇండియా ఉద్యమంలో జైలు శిక్ష అనుభవించి బయటకొచ్చాకనే ఆయన విద్యాభ్యాసం ఆలస్యంగా మొదలైంది. పిసి మహల్నోబిస్‌కు లేఖ రాసి పంత్‌ను కలకత్తాలోని ఇండియన్ స్టాటిస్టికల్ ఇన్‌స్టిట్యూట్‌కు పంపారు నెహ్రూ. పంత్‌కు గ్రహణ శక్తి ఎక్కువ. పొట్టు పేలాలు ఇట్టే వేరుచేయగల సామర్థ్యం ఆయనది. స్టాటిస్టికల్ ఇన్‌స్టిట్యూట్‌లో జరిగే ప్రతి చర్చలోనూ సెమినార్‌లోనూ ఉపన్యాసంలోనూ ఆయన పాల్గొనేవారు. అర్థశాస్త్రంలో అవసరమైనంత వరకు నేర్చుకున్నారు. 1950 దశకంలో ఆయన ప్రణాళికా సంఘం అధ్యక్షుడిని వ్యక్తిగత కార్యదర్శిగా ప్రణాళికా సంఘం కార్యాలయంలో ప్రవేశించారు. అప్పట్లో ప్రణాళిక సంఘం అధ్యక్షుడు నెహ్రూ. అప్పటికి ప్రణాళిక సంఘంలో పని చేస్తున్న అనుభవజ్ఞులతో పోలిస్తే ఏ విషయంలోనూ తీసిపోకుండా సర్వతోముఖ సామర్థ్యం కలిగిన వాడిగా ఎదిగాడు పంత్. అటు నెహ్రూతో సాన్నిహిత్యం ఇటు మహల్నోబిస్‌తో సహవాసం రెండూ దినదినాభివృద్ధి అవుతూ వచ్చాయి. ప్రణాళిక సంఘంలో పంత్ మొట్టమొదటి కర్తవ్యం మహల్నోబిస్ జట్టులో సభ్యుడు గావటం.

గణాంకాల విషయంలో కూడా ప్రొఫెసర్ అంత లోతుగా అధ్యయనం చేసిన వాడు కాదు. పరస్పరం సమ్మిళితమవుతున్న నమూనాలకు బయట చాలా ప్రపంచం ఉందని ఎవరన్నా వాదిస్తే ఆయన్ను ఒప్పించటం తేలికే. జాతీయ నమూనా సర్వే పంత్ దృష్టిలో కేవలం జాతీయ ఆర్థిక ప్రణాళికకు తొలిమెట్టు మాత్రమే. అప్పటికే ఆయన ప్రభుత్వానికి గౌరవ గణాంక సలహాదారు. అయితే ఈ హోదా కలిగి ఉన్నంత మాత్రాన జాతీయ ఆర్థిక ప్రణాళిక రూపకల్పనలో అవసరమైన పాత్ర పోషించగలమన్న నమ్మకం కలగలేదు. ప్రణాళిక సంఘంలో కూడా ఆయన కీలకం కావాలి. ఈ అభిప్రాయంతో నెహ్రూ కూడా ఏకీభవించాడు. మహల్నోబిస్‌ను ప్రణాళిక సంఘంలో సభ్యుడిగా నియమించాడు.

భారతదేశం ఐదు మిలియన్ టన్నుల ఉక్కు ఉత్పత్తి చేయాలని క్రమంగా ఈ సామర్థ్యం 20 మిలియన్ టన్నులకు పెంచాలని ప్రతిపాదించినప్పుడు అప్పటికే ప్రణాళిక సంఘంలో పని చేస్తున్న సీనియర్లంతా తల అడ్డంగా ఊపారు. అటువంటి వారినందరినీ పక్కకు నెట్టేస్తూ మహలనోబిస్ ప్రణాళిక సంఘం అత్యంత కీలకమైన వ్యక్తిగా ఎదగటానికి ఎక్కువ సమయం పట్టలేదు. ఈ ప్రయత్నాలకు అడ్డుపుల్ల వేయటానికీ అన్ని ప్రయత్నాలూ జరిగాయి. వాళ్లల్లో కొందరు ఈ నిలువరింపు ప్రయత్నాల్లో జయప్రదమయ్యామని కూడా గొప్పగా చెప్పుకున్నారు.

మహలనోబిస్, పితాంబర్ పంత్ అటువంటి వాళ్ల మీద ధ్వజమెత్తారు. నెహ్రూ వాళ్ల ప్రయత్నాలకు కొండంత అండగా నిలిచాడు. వాళ్ల వాదన అంతా భౌతిక వాస్తవాలపై ఆధారపడి ఉంది. జాతీయ ఆర్థిక స్వావలంబనకు అవసరవమైన సహజవనరులు దేశంలో పుష్కలంగా ఉన్నాయన్న వాస్తవం, ఆ సహజ వనరులను వినియోగించుకునే సామర్థ్యం దేశానికి ఉన్నదన్న వాస్తవం, దేశంలో పుష్కలంగా ఉన్న శాస్త్రవేత్తల సహకారంతో విదేశాల్లో జయప్రదంగా అమలవుతున్న సాంకేతిక పరిజ్ఞానం కూడా నిస్సందేహమైన కారణం. వీటి కారణంగా ప్రొఫెసర్ మహలనోబిస్ మరియు పంత్‌లు పూర్తిగా రంగంలోకి దిగిపోయారు. ఏ పూటకాపూట పొట్ట నింపుకునేందుకు మాత్రమే ఆలోచించే ఆర్థికవేత్తల మీద విరుచుకుపడ్డారు. మొదటి ప్రణాళికలో అత్తెసరు లక్ష్యాలు పెట్టుకున్న ఆర్థికవేత్తలు, పరిపాలన దక్షులు, రాజకీయ నాయకులను విమర్శించారు. రెండో పంచవర్ష ప్రణాళిక కోసం మహలనోబిస్, పంత్‌లు రూపొందించిన ముసాయిదా చూస్తే ఇండియన్ స్టాటిస్టికల్ ఇనిస్టిట్యూట్ ద్వారా అందిన తోడ్పాటు స్పష్టంగా కనిపిస్తుంది. చిన్నచిన్న వాక్యాలతో నిండి పేరాగ్రాఫ్‌లలో మహలనోబిస్ ఆలోచనల్లోని ఖచ్చితత్వం కొట్టొచ్చినట్లు కనిపిస్తుంది. ఈ ముసాయిదాను ప్రణాళిక సంఘం ఆమోదం పొందటంతో అధికారిక పత్రమైపోయింది. ఆ దశలో పితాంబర్ పంత్ మహలనోబిస్‌లు అత్యంత ప్రతిభావంతమైన ప్రభావవంతమైన వ్యక్తులుగా ఉన్నారు. తోళ్లు కప్పుకున్న గొర్రెలను మలేసే కాపరిలా మహలనోబిస్ ఓ వైపున నిలబడితే మరోవైపున పితాంబర్ పంత్ భారత ఆర్థిక వ్యవస్థకు సంబంధించిన అన్ని పార్శ్వాల గురించి పుంఖానుపుంఖాలుగా గణాంకాలు విరజిమ్మి అందరినీ వశపర్చుకున్నాడు. ప్రణాళికా సంఘాన్ని జయించాడు. ప్రణాళిక సంఘం అధ్యక్షునికి వ్యక్తిగత సహాయకుడిగా పనిచేస్తూనే ప్రణాళిక సంఘంలో కొత్తగా ఏర్పాటు చేసిన విభాగం – పరస్పెక్టివ్ ప్లానింగ్ డివిజన్‌కి అధిపతిగా నియమితులయ్యాడు. మహలనోబిస్, పంత్‌ల ఆలోచన ధోరణిని అర్థం చేసుకోగలిగిన గణాంక నిపుణుల బృందాన్ని ఎంపిక చేసి

తర్ఫీదు నిచ్చి పనిలోకి తెచ్చుకున్నారు. అది ప్రణాళిక మహర్దశ. ఎవరో కొద్ది మంది మినహా దేశంలో విద్యాబుద్ధులు గరిపిన ఆర్థికవేత్తలందరూ ఈ ధోరణితో ప్రభావితం అయ్యారు.

రెండో ప్రణాళిక కసరత్తులో అటు ఆర్థికవేత్తలు ఇటు రాజకీయ నాయకులు విస్మరించిన విషయమొకటి ఉంది. పంత్ - మహల్నోబిస్ ద్వయం జాతీయ ఆర్థిక స్వావలంబన లక్ష్యంగా పెట్టుకుంది. విదేశీ సహాయంపై పెద్దగా ఆధారపడదల్చుకోలేదు. ప్రభుత్వపరంగా గానీ ప్రైవేటు రంగానికి గానీ వచ్చే పెట్టుబడుల రూపంలో గానీ దేశంలోకి వచ్చే విదేశీ సహాయం మోతాదు గురించి అధికారులకు ఉన్నంత ఆశలు పంత్-మహల్నోబిస్ జంటకు లేవు. వారి ప్రతిపాదనలు ముక్కుసూటిగా ఉన్నాయి. ముసాయిదాలో ప్రతిపాదించిన విధంగా ప్రణాళికాబద్ధమైన ఆర్థికాభివృద్ధి సాధించాలన్న లక్ష్యానికి కట్టుబడి ఉంటే దేశీయంగా పొదుపు నిల్వలు పెరుగుతాయన్న నమ్మకం వారికుంది. ఈ ముసాయిదాలో భారీ పరిశ్రమల అభివృద్ధికి కావల్సిన ప్రతిపాదనలున్నాయి. దేశంలో ఉన్న పేదరికాన్ని దృష్టిలో పెట్టుకున్నపుడు సత్వర ఆర్థికాభివృద్ధికి పుష్కలమైన అవకాశాలు ఉన్నాయని స్పష్టమవుతుంది. ఫ్రీడ్‌మన్ ప్రతిపాదించిన ఆర్థికాభివృద్ధి నమూనా కంటే మహల్నోబిస్ సోవియట్ తరహాలో ప్రణాళికాబద్ధమైన ఆర్థికాభివృద్ధి నమూనాకే పట్టం కట్టాలని భావించాడు. పితాంబర్ పంత్ సోషలిస్టు కాకపోయినప్పటికీ సోవియట్ నమూనాలో ఉన్న తర్కాన్ని అర్థం చేసుకుని మహల్నోబిస్ ప్రతిపాదనలను బలపర్చాడు. పేదలకు దైనందిన జీవన భద్రత కల్పిస్తూ సంపన్న వర్గాల విలాస వ్యయాన్ని నియంత్రిస్తే దేశంలో మదుపు నిల్వలు పెరుగుతాయని, తద్వారా భారీ పరిశ్రమల అభివృద్ధికి అవసరమైన మూలధనం సమకూరుతుందని, అలా సమకూరిన మూలధనాన్ని ప్రణాళికాబద్ధంగా వెచ్చించటం ద్వారా జాతీయాభివృద్ధి క్రమాన్ని ముందుకు తీసుకెళ్లవచ్చన్నది మహల్నోబిస్ తర్కం. ఆ ఆచరణ సాధ్యమైన ప్రణాళికలను సఫలం చేయాలంటే పెట్టుబడుల ప్రణాళిక కూడా రూపొందించుకోవటం అనివార్యమవుతుంది. ఏ దేశంలోనైనా విలాసవంతమైన జీవితానికి అవసరమైన వస్తూత్పత్తి కోసం పెట్టుబడి వనరులు వృధా చేయకూడదు. అటువంటి విలాస వినిమయ సరుకుల దిగుమతిని నియంత్రించవచ్చు. ఇలా చేయటం ద్వారా దిగుమతులకు అవసరమైన విదేశీ మారకద్రవ్యం ఆదా చేయవచ్చు. ఉత్పత్తికి అవసరమైన వనరులను అందుబాటులోకి తేవటానికి ఉపయోగపడుతుంది.

సోవియట్ నమూనాను భారతీయ ప్రత్యేకతలకు అనుగుణంగా అమలు చేయబూనుకున్నపుడు దీని లోతుపాతులు దిశ దశలు నెహ్రూకు మొదట్లో అర్థం అయి ఉండకపోవచ్చు. కానీ తర్వాత అవగాహనకు వచ్చాయి. ఆశాజీవిగా ఉండటంతో పాటు నెహ్రూ పూర్తి స్థాయి రాజకీయ నాయకుడుకూడా. దాంతో ఆరు, తొమ్మిది కలిపితే పది కాకపోవచ్చు అన్న విషయాన్ని అధికారులు నెహ్రూకు వివరించటం తేలిక. ఈ సమయంలో కాకతాళీయమైనా కాకపోయినా విదేశీ మారకద్రవ్య సంక్షోభం మొదలైంది. గున్నార్ మిర్డాల్ ప్రతిపాదించిన 'సున్నితమైన రాజ్యం' సిద్ధాంత ప్రతిపాదకులకు కాలం కలిసి వచ్చింది. మనలను ఆదుకోవటానికి అమెరికా పొంచి ఉంటే పీకల్లోతు కష్టాల్లో కూరుకుపోవటానికి వెనకాడాల్సిన అవసరం లేదు కదా. సూటిగా చెప్పాలంటే విదేశీ మారకద్రవ్య సంక్షోభాన్ని అధిగమించేందుకు అమెరికా నుండి సహాయం కోరాలని నిర్ణయం అయ్యింది. అర్జీ పట్టుకుని అధికారుల బృందం వాషింగ్టన్ చేరింది. అలా వచ్చిన వాళ్లేమీ నిరాశచెందలేదు. ఎకనమిక్ వీక్లీ సంపాదక వ్యాఖ్యలో చెప్పినట్లు నోళ్ళు తెరుచుకుని ఎదురు చూస్తున్న బీళ్లు చిన్న జల్లుకు కూడా పరశించి పోయాయి.

తర్వాత పరిణామాలు ఒకదాని తర్వాత ఒకటిగా జరిగిపోయాయి. ఊహించినట్లుగానే మహల్నోబిస్ ప్రాభవం కొడిగట్టడం మొదలైంది. రెండో పంచవర్ష ప్రణాళిక మౌలిక సూత్రాలను కొండెక్కించారు. జాక్వెలిన్ కెన్నడీ నెహ్రూను సమ్మోహనపర్చే పనిలో పడింది. జాన్ కెన్నెత్ గాల్‌బ్రిత్ భారత రాయబారిగా వచ్చాడు. అమెరికన్లు, భారత్ చైనా సరిహద్దు వివాదం మొదలవటంతో అటు అమెరికన్లకు ఇటు భారతదేశంలోని వారి అనుయాయులకు కోతికి కొబ్బరికాయ దొరికినట్లయ్యింది. మీను మసాని లాంటి వాళ్లు అకస్మాత్తుగా వెలుగులోకి వచ్చారు. అత్యంత ప్రభావశీలురుగా మారారు. మహల్నోబిస్ మీద దాడి మొదలైంది. ఆయన ప్రతిపాదించిన ప్రణాళిక చెత్తబుట్టలోకి చేరింది. ఆందోళన చెందిన నెహ్రూ తన సిబ్బందిని మార్చేశాడు. పీతాంబర్ పంత్ ప్రాధాన్యత కోల్పోయాడు. లాల్‌బహదూర్ శాస్త్రి తర్వాత ఇందిరాగాంధీ ప్రధాని అయ్యింది. ఇందిరాగాంధీ అంత గుర్తింపు లేకపోయినప్పటికీ తిరిగి పంత్‌ను పూర్తి స్థాయి ప్రణాళిక సంఘం సభ్యునిగా నియమించింది. మళ్లీ గుండె చిక్కబట్టుకున్న పంత్ తనకు కేటాయించిన పనిలో పూర్తిగా నిమగ్నమయ్యాడు. ఆయన అధ్యక్షతన పని చేసిన పర్‌స్పెక్టివ్ ప్లానింగ్ డివిజన్ దీర్ఘకాల ప్రణాళిక కోసం మళ్లీ గణాంకాలు పోగేసింది. ఎలక్ట్రికల్ ఇంజనీరింగ్, విడి భాగాలు అమర్చటం, విద్యుత్ ఉత్పత్తి, ఉక్కు, నీటిపారుదల వంటి మౌలిక రంగాలపై పంత్ దృష్టి పెట్టాడు. ఆయన చుట్టూ అనుభవం కలిగిన పరిశోధకుల బృందం

అందుబాటులో ఉంది. ఫలితంగా జాతీయ ఆర్థికాభివృద్ధికి సంబంధించిన పురోగమనం ఒక్కో మెట్టు పైకెక్కటానికి కావల్సిన పునాదులు పడ్డాయి.

విదేశీమారక ద్రవ్య సంక్షోభం మరింత విజృంభించటానికి సిద్ధంగా ఉంది. ఈ సమమయంలోనే ప్రణాళికకు శెలవులు ప్రకటించారు. స్వయంగా మంత్రిత్వ హోదా కలిగిన్నపటికీ పంత్ శ్రేయోభిలాషుల గుంపులో చేరిపోయాడు. అటువంటి శ్రేయోభిలాషులను కాలదన్నుకుంటూ ముందుకు పోవటం అధికార యంత్రాంగానికి తేలికైన పని. ఒకసారి ఇందిరాగాంధీ తన స్థానాన్ని పదిలపర్చుకున్న తర్వాత తండ్రిని మించిన వాస్తవికవాదిగా ఎదిగింది. రాను రాను పంత్‌కు ప్రధాని కార్యాలయానికి మధ్య ఉన్న సంబంధం పలుచబడసాగింది. దశాబ్దం క్రితం ప్రణాళిక సంఘంలో బాస్‌గా ఉన్న వ్యక్తికి ఇది నిరాశ కలిగించే పరిణామమే. బ్యాంకుల జాతీయీకరణ నేపథ్యంలో ప్రధాని ఇందిరాగాంధీకి పంత్‌కు మధ్య ఉన్న విభేదాలు పరాకాష్టకు చేరాయి. డి ఆర్ గాడ్గిల్‌తో పాటు పంత్‌కు కూడా ఇందిరాగాంధీ ప్రణాళిక సంఘం నుండి ఉద్వాసన పలికింది.

అప్పటికే క్షీణించిన ఆరోగ్యంతో ఉన్న పంత్ ఈ నిర్ణయంతో మరింత నిరాశ చెందాడు. ఆ తర్వాత ఆయన ఎక్కువ కాలం బతకలేదు. మారిన పరిస్థితుల్లో ఆయన పేరు మచ్చుకు కూడా తల్చుకునే వాళ్లు లేకపోయారు.

బతుకు గతి ఇంతేనా అని ప్రశ్న వేసుకుంటే మనకు సమాధానం మరోలా వస్తుంది. పీతాంబర్ పంత్‌కి కించిత్తు గర్వం ఎక్కువ. అయితే ఆ గర్వం తన దేశాన్ని చూసుకుని వచ్చే గర్వం మాత్రమే. రాజ్యం నియంత్రణలో పర్యవేక్షణలో స్వావలంబనతో కూడిన ఆర్థికాభివృద్ధిని సాధించేందుకు ఈ దేశానికి ఉన్న శక్తి సామర్థ్యాల పట్ల ఉన్న నమ్మకంతో వచ్చిన గర్వం అది. ఈ రకమైన నమ్మకం నిరాధారమైనదా? సాపేక్షమైనదా? నాలుగు దశాబ్దాల తర్వాత ఈ నమ్మకం గురించి ఇంకా చర్చించుకోవాల్సిన అవసరం ఉందా? ఆయన బతికి ఉంటే ఈ విషయాన్ని ఆయనతోనే చర్చించేవాళ్లం. ప్రజాస్వామ్యానికి ఆయువు పట్టు చర్చలు. పంత్ సర్వదా అటువంటి చర్చలకు సిద్ధమే.

- 30 సెప్టెంబరు, 2000

4

ప్రపంచ వాణిజ్య సంస్థ : దేశాల సార్వభౌమత్వం

పరిస్థితులు మారిపోతున్నాయి. సరికొత్త ఆలోచనలు, భావాలు ముందుకొస్తున్నాయి. ఉద్యమకారులు ఈ నూతన ఆలోచనలను స్వీకరించి రాజకీయ పోరాటాలకు కావల్సిన భూమిక సిద్ధం చేస్తున్నారు.

గత పాతికేళ్లలో కేంద్ర రాష్ట్ర సంబంధాలను పునఃసమీక్షించాలన్న నినాదాన్ని కొన్ని ప్రాంతీయ, జాతీయపార్టీలు ముందుకు తెచ్చాయి. దేశంలోని వివిధ ప్రాంతాల్లో ప్రజా చైతన్యం పెరుగుతున్నకొద్దీ పరిపాలన, న్యాయ, ఆర్థిక రంగాల్లో కేంద్రం నుండి రాష్ట్రాలకు అధికారాల బదలాయింపు గురించిన డిమాండ్ పుంజుకొన్నది. దీనికి కొనసాగింపుగానే రాష్ట్రాల నుండి జిల్లాలకు, స్థానిక సంస్థలకు అధికారాల బదలాయింపు గురించిన డిమాండ్ కూడా తెరమీదకొచ్చింది. ప్రజలకే అధికారం అన్న లెనిన్ పిలుపును ఈ డిమాండ్లు గుర్తు తెస్తున్నాయి.

అధికారాల బదలాయింపు అన్నది స్వాతంత్ర్యోద్యమ కాలం నాటి నుండీ వస్తున్న డిమాండ్. స్వాతంత్ర్యోద్యమం ఉదారవాద భారతదేశానికి సమాఖ్య స్వభావం సరైందన్న నిర్ధారణకొచ్చింది. 1942లో ఉత్తుంగ తరంగంలా ఎగిసిన క్విట్ ఇండియా ఉద్యమం కూడా స్వతంత్ర భారతదేశానికి తగ్గట్లుగా సమాఖ్య స్వభావం కలిగిన రాజ్యాంగాన్ని ఆమోదించనున్నట్లు వాగ్దానం చేసింది. విదేశాంగ వ్యవహారాలు, రక్షణ, ద్రవ్య విధానం, విదేశీ వాణిజ్య రంగాలకు సంబంధించిన అధికారాలు తప్ప మిగిలిన అధికారాలన్నీ రాష్ట్రాలకే అప్పగిస్తామన్న వాగ్దానం క్విట్ ఇండియా ఉద్యమ వాగ్దానం. స్వాతంత్ర్యానంతరం తొలినాళ్ళల్లో రాజ్యాంగం రూపొందే క్రమంలో సమాఖ్యతత్వం గురించి పెద్దఎత్తున

చర్చోపచర్చలు జరిగాయి. భారత రాజ్యాంగంలో తొలి వాక్యమే 'భారతదేశం – రాష్ట్రాల యూనియన్' అని మొదలవుతుంది. భారత సమాఖ్య ఏర్పడటానికి ముందే రాష్ట్రాలు ఉన్నాయి. రాష్ట్రాల ఉనికి లేకుండా రాష్ట్రాలన్నీ కలిసి సమాఖ్యగా ఏర్పడటం అన్నది సాధ్యం కాదు. కేంద్ర ప్రభుత్వం అని చెప్పుకోవటానికి ఏమీ ఉండదు అన్నదే ఈ వాక్యం స్ఫూర్తి. రాజ్యాంగం తుది రూపం తీసుకునే సమయానికి స్వాతంత్ర్యోద్యమ స్ఫూర్తికి ఆమోదించబడిన రాజ్యాంగానికి మధ్య తేడాలొచ్చాయి. మౌలికాధికారం కేంద్రం చేతుల్లో బందీ అయ్యింది. రాష్ట్రాలకు బాధ్యతల భారం మాత్రమే మిగిలింది. నిజానికి రాష్ట్ర ప్రభుత్వాలను విచక్షణారహితంగా రద్దు చేసే అధికారాన్ని కేంద్రానికి అప్పగిస్తూ ఆర్టికల్ 356ను రాజ్యాంగంలో పొందుపర్చటమే రాజ్యాంగం పీఠికలో పేర్కొన్న స్ఫూర్తికి భిన్నంగా కేంద్రం అత్యంత శక్తివంతమైనదిగానూ, రాష్ట్రాలు బలహీనమైనవిగానూ మారాయనటానికి నిదర్శనం.

ఈ పరిస్థితిని మార్చాలన్న డిమాండ్ సారాంశమే కేంద్ర రాష్ట్ర ప్రభుత్వాల మధ్య సంబంధాలను ప్రజాతంత్రీకరించాలన్న పిలుపు. ఈ ఉద్యమంలో అనేక కొత్త మిత్రులు తోడవుతున్న నేపథ్యంలో సాధ్యమైనన్ని ఎక్కువ అధికారాలు కేంద్రం నుండి రాష్ట్రాలకు కావాలన్న డిమాండ్‌తో పాటు చట్టాలు రూపొదించటంలో రాష్ట్రాలకు మరింత స్వేచ్ఛనివ్వాలని, పన్నులు విధింపు, రుణ సమీకరణ వంటి విషయాల్లో కేంద్రం రాష్ట్రాల పట్ల ఉదారంగా వ్యవహరించాలనీ, బ్యాంకింగ్ వ్యవస్థలను నియంత్రించటంలోనూ, ప్రత్యేకించి రాష్ట్రాభివృద్ధికి అవసరమైన పరపతి విధానాలు రూపొందించటంలోనూ రాష్ట్రాలకు అధికారాలు కావాలన్న డిమాండ్లు తెరమీదకొచ్చాయి.

కేంద్రం నుండి రాష్ట్రాలకు అధికారాలు బదిలీ చేయాలన్న ఈ ఉద్యమం గడచిన కొన్ని దశాబ్దాల్లో అనేక ఎత్తుపల్లాలు చూసింది. రాజకీయ పరిణామాలు, వ్యూహాత్మక ప్రాధాన్యతలే ఈ ఎత్తుపల్లాలకు కారణమయ్యాయి. ఇక్కడ ఆసక్తికరమైన విషయమేమిటంటే ఈ డిమాండ్లు ముందుకు తెస్తున్న వారిలో అత్యంత విప్లవాత్మకంగా ఆలోచించగలుగుతారనుకున్న వాళ్లు కూడా ఒక హద్దు దాటి తమ ఆలోచనలకు పదును పెట్టడం లేదు. ఒక లక్ష్మణ రేఖను దాటి ముందుకు రావటం లేదు. అటువంటి వాళ్ళు కూడా రక్షణ, విదేశీ వాణిజ్యం, విదేశాంగ వ్యవహారాలు, విత్త నియంత్రణ వంటి విషయాలకు సంబంధించిన అధికారాలు కేంద్ర ప్రభుత్వానికి వదిలేయటానికి సిద్ధంగా ఉన్నారు. ఉమ్మడి జాబితా రద్దు, రాజ్యాంగంలోని ఏడవ షెడ్యూల్ రద్దు వంటి డిమాండ్లు కూడా అడపాదడపా ముందుకొచ్చాయి. గవర్నర్ల నియామకం, ఆర్థిక సంఘం విధి

విధానాలు నిర్ధారించటం వంటి సందర్భాల్లో రాష్ట్రాల నుండి ముందస్తు అభిప్రాయాలు సేకరించాలన్న ప్రతిపాదనలు కూడా వచ్చాయి. రాజ్యాంగంలోని ఆర్టికల్ 74 ప్రకారం సలహాలు ఇచ్చే అధికారాన్ని కూడా ప్రశ్నించటం జరిగింది. రాష్ట్రాల్లో ప్రభుత్వాలను రద్దు చేసి రాష్ట్రపతి పాలన విధించటానికి గాను ఆర్టికల్ 355 లేదా 356 ప్రకారం కేంద్రం నిర్ణయం తీసుకునేటప్పుడు ఈ విషయాన్ని అంతర్రాష్ట్ర మండలికి నివేదించి ఈ మండలిలో వచ్చే అభిప్రాయాన్ని అనుసరించి తుది నిర్ణయం తీసుకోవాలన్న డిమాండ్ వచ్చింది. అంతర్రాష్ట్ర మండలిలో రాష్ట్రాల ప్రాతినిధ్యం ఎక్కువగా ఉంటుంది. కానీ ఎవరో ఒకరిద్దరు తప్ప విదేశాంగ విధానం, విదేశీ వాణిజ్యం, రక్షణ వ్యవహారాల్లో కేంద్ర ప్రభుత్వ గుత్తాధిపత్యాన్ని ఎవ్వరూ సవాలు చేయలేదు.

విదేశాంగ విధానం విషయంలో రాజ్యాంగం వైఖరి స్పష్టంగానే ఉంది. రాజ్యాంగంలోని ఏడవ షెడ్యూల్‌లో కేవలం కేంద్ర ప్రభుత్వం అధికార పరిధిలోకి వచ్చే అంశాలకు సంబంధించిన వివరణ ఉంది. ఈ షెడ్యూల్‌లో పదో ఎంట్రీలో విదేశాంగ వ్యవహారాలు అన్న శీర్షికన 'విదేశాలతో కేంద్ర ప్రభుత్వం జోక్యానికి సంబంధించిన అన్ని అంశాలు' అన్న వివరణ ఉంటే, ఎంట్రీ 13లో 'అంతర్జాతీయ సభలు, సమావేశాల్లో పాల్గొనటం, సంస్థల్లో భాగస్వామి కావటం, ఆయా సంస్థలు, సభలు, సమావేశాల్లో తీసుకున్న నిర్ణయాలను అమలు చేయటం' అన్న వివరణ, ఎంట్రీ 14లో 'విదేశాలతో ఒప్పందాలు కుదుర్చుకోవటం, ఆ ఒప్పందాలను అమలు చేయటం, అంతర్జాతీయ సాంప్రదాయాలను కొనసాగించటం' వంటి అంశాలకు సంబంధించిన ప్రస్తావనలున్నాయి. ఇంతకన్నా విస్పష్టంగా చెప్పుకోటానికి ఏమీ లేదు. విదేశాలతో ఒప్పందాలు కుదుర్చుకోవటం, అంతర్జాతీయ ఒప్పందాలను అమలు చేయటం వంటివన్నీ విదేశాంగ విధానం పరిధిలోకి తెచ్చింది రాజ్యాంగం. ఈ అంశాలకు సంబంధించి కేంద్ర ప్రభుత్వ ఆధిపత్యాన్ని సవాలు చేసే సందర్భం ఇంతవరకు రాలేదు. విదేశాల నుండి రాయబారులను మన దేశానికి ఆహ్వానించటంతో పాటు మన దేశ రాయబారులను విదేశాలకు పంపిస్తోంది. వివిధ దేశాలతో కేంద్ర ప్రభుత్వం వాణిజ్య ఒప్పందాలు కుదుర్చుకోవటం, విదేశస్థులు, సంస్థలపై పన్నులు వేయటం, విదేశీ రుణాలు పొందటం వంటి విషయాల్లో హక్కులన్నీ కేంద్రానికి గుత్త సొత్తు. కొన్ని కొన్ని సందర్భాల్లో కేంద్ర ప్రభుత్వాలు అనుసరించే విదేశాంగ విధానంతో రాష్ట్ర ప్రభుత్వాలు ఏకీభవించకపోవచ్చు. కేంద్రం అనుసరించే విదేశాంగ విధానంలో వచ్చే మార్పుల పట్ల విముఖత వ్యక్తం చేయవచ్చు. ఏది ఏమైనా లక్ష్మణ రేఖ లక్ష్మణ రేఖే అన్న విషయంలో మాత్రం మౌనం అర్థాంగీకారం అన్న చందంగా

వ్యవహరిస్తున్నాయి. విదేశాంగ వ్యవహారాల్లో రాష్ట్ర ప్రభుత్వాల జోక్యానికి తావు లేదన్నదనే ఆ లక్ష్మణరేఖ. ఈ విషయాలన్నింటా కేంద్రానికే తుది నిర్ణయం.

అయితే వాతావరణం మారుతోంది. దాంతోపాటే పరిస్థితులూ. ప్రపంచ వాణిజ్య సంస్థ ఏర్పాటుకు బ్లూ ప్రింట్‌గా ఉన్న మ్రుకేష్ ఒప్పందాన్ని ఉదాహరణగా తీసుకుందాం. 1994లో ప్రపంచ వాణిజ్య సంస్థ ఒప్పందంపై భారత దేశం సంతకం చేసింది. భారతదేశంతో పాటు మరో వంద దేశాలు కూడా ఈ ఒప్పందంపై సంతకాలు చేశాయి. ఇది ఒక అంతర్జాతీయ ఒప్పందం. ఈ ఒప్పందంపై సంతకం చేయటానికి ముందు రాష్ట్ర ప్రభుత్వాల మనోభావాలు తెలుసుకోవటం అవసరం అని కేంద్ర ప్రభుత్వం భావించలేదు. ఇదంతా నా పెత్తనమే అయినప్పుడు ఇతరుల ఏమనుకుంటున్నారు అన్న విషయాన్ని పట్టించుకోవాల్సిన అవసరం లేదని భావించింది కేంద్రం. ఈ అంతర్జాతీయ ఒప్పందం పర్యవసానాలు ఏమిటన్న విషయంపై రాష్ట్ర ప్రభుత్వాలు కూడా పెద్దగా దృష్టి పెట్టలేదు. కేంద్రానికి సంబంధించిన అంశంలో కేంద్రమే నిర్ణయం తీసుకుంటుంది తప్ప తమ పాత్ర ఏముంటుందన్న సహజ స్పందన దీనికి కారణం కావచ్చు.

సుమారు గత దశాబ్దకాలంగా విజ్ఞానం ఎల్లలు లేనిదిగా మారింది. మ్రుకేష్ ఒప్పందంలో మిగిలిన అన్ని కోణాలు పక్కన పెట్టి వ్యవసాయ సంబంధిత కోణాన్ని మాత్రమే ఇక్కడ చర్చించుకుందాం. వివిధ దేశాల మధ్య జరిగే విదేశీ వాణిజ్యానికి సంబంధించి అన్ని అవరోధాలు, ఆటంకాలు తొలగించి నిర్నిరోధంగా మార్చటంతో పాటు ప్రపంచ వ్యాప్తంగా ఒకేరకమైన నియమ నిబంధనలకు లోబడి ఈ వాణిజ్యం జరిగేలా చూడటమే ప్రపంచ వాణిజ్య సంస్థ వ్యవస్థాపక లక్ష్యం. బహుశా ఇది ప్రపంచ వాణిజ్య సంస్థ ఉనికిలోకి వచ్చినప్పుడు ప్రపంచానికి చెప్పిన ప్రకటిత లక్ష్యం. ఇది ఒట్టి బోగస్ లక్ష్యం. వివిధ దేశాల మధ్య ఉన్న వాణిజ్య సంబంధాలు ఆయా దేశాల మధ్య ఉండే ఉత్పత్తి, పంపిణీ సంబంధాలకు లోబడే ఉంటాయని తొలినాళ్లల్లోనే ప్రపంచ వాణిజ్య సంస్థ తేల్చి చెప్పింది. ఉత్పత్తి, పంపిణీల రంగాల్లో స్వేచ్ఛ కల్పించనిదే స్వేచ్ఛా వాణిజ్యం సాధ్యం కాదని స్పష్టం చేసింది. అందువల్లనే అన్ని దేశాల్లోనూ పరిశ్రమలు, సేవా రంగాలతో పాటు వ్యవసాయ రంగానికి సంబంధించి కూడా ఆయా దేశాలు అనుసరిస్తున్న విధి విధానాలూ, రీతి రివాజులు అన్నింటినీ పరిశీలించి, వాటి స్వరూప స్వభావాలు నిర్ధారించే అధికారం తనకు కావాలని బల్ల గుద్ది చెప్పింది. వివిధ దేశాల్లో వ్యవసాయకోత్పత్తులు ఎలా సాధించాలో, సాగించాలో కూడా మ్రుకేష్ ఒప్పందం నిర్దిష్ట విధి విధానాలు రూపొందించింది. ఆయా దేశాల్లో పంట దిగుబడులపై ఎంత ధర నిర్ణయించాలి, ఎరువులు, పురుగుమందుల వాడకంలో ఎటువంటి జాగ్రత్తలు

తీసుకోవాలి అన్న విషయాలను నిర్ధారిస్తోంది ప్రపంచ వాణిజ్య సంస్థ. అంటే ఏ దేశంలో వ్యవసాయం ఎలా ఉండాలి, ఏయే పంటలు ఏయే మోతాదుల్లో పండించాలి, ఏ పంటకు ఎంత రాయితీ ఇవ్వాలి, ఏయే పంటలకు ఎంతెంత మద్దతు ధర ఇవ్వాలి, ఎరువులు పురుగుమందుల ధరలు ఎలా ఉండాలి అన్న విషయాలను ప్రపంచ వాణిజ్య సంస్థే నిర్ధారించనున్నది. ఒక్క మాటలో చెప్పాలంటే భారత రైతాంగం ప్రపంచ వాణిజ్య సంస్థ పర్యవేక్షణలోనే వ్యవసాయం చేయాలి.

ఇక్కడే సమస్య ఎదురవుతుంది. భారత రాజ్యాంగం ప్రకారం వ్యవసాయం పూర్తిగా రాష్ట్ర ప్రభుత్వాల అజమాయిషీలో ఉన్న అంశం. వ్యవసాయానికి సంబంధించిన విధి విధానాలు, నిర్ణయాలన్నీ రాష్ట్ర ప్రభుత్వాలే చేయాలి. ఈ విషయంలో రాజ్యాంగం నుండి ఎటువంటి గందరగోళం లేదు. రాజ్యాంగ ఆదేశాలు, అధికరణాలు స్పష్టంగానే ఉన్నాయి. ఏడవ షెడ్యూల్‌లోని రాష్ట్రాల జాబితాలో ఉన్న వివరాలు ఇవి. ఎంట్రీ 14 వ్యవసాయం, వ్యవసాయ విద్య, పరిశోధన, క్రిములు, కీటకాల నుండి పంటలు సంరక్షించుకునే విధి విధానాలు గురించి చర్చిస్తే ఎంట్రీ 18 భూమి, అంటే భూమిపై హక్కులు, భూస్వాములు, కౌలుదార్ల మధ్య ఉండే సంబంధాల నియంత్రణ, కౌలు వసూళ్లు, భూ బదలాయింపులు, వ్యవసాయ భూమి వ్యవసాయేతర అవసరాలకు మళ్లించటం, వ్యవసాయ రుణాలు, సేద్యపు భూములను అభివృద్ధి చేయటం వంటి అంశాలపై రాష్ట్ర ప్రభుత్వాలకు హక్కులు దఖలు పర్చింది రాజ్యాంగం. భూమి, భూ వినియోగం, యాజమాన్యం, భూ వివాదాల ఖరారు, లేదా రైతులకు రాయితీ ధరపై ఎరువులు, పురుగుమందులు, విత్తనాలు సరఫరా చేయాలా వద్దా అన్న విషయాలను, వ్యవసాయోత్పత్తులకు ఏ ధరలు నిర్ణయించాలి, వినియోగదారులకు ఏ ధరలకు సరఫరా చేయాలి అన్న అంశాలు, పేదలకు ప్రజా పంపిణీ వ్యవస్థ ద్వారా నిత్యావసరాలు అందించాలా వద్దా వంటి వన్నీ రాజ్యాంగం ప్రకారం పూర్తిగా రాష్ట్ర ప్రభుత్వాలకు మాత్రమే ఉన్న అధికారాలు హక్కులు.

కానీ కేంద్ర ప్రభుత్వం మర్రకేష్ ఒప్పందంపై సంతకాలు చేసింది. భారత వ్యవసాయంపై పూర్తి హక్కులు అధికారాలు ప్రపంచ వాణిజ్య సంస్థకు అప్పగించింది. వ్యవసాయ రంగానికి సంబంధించి అప్పటి వరకూ రాజ్యాంగబద్ధంగా పూర్తిగా రాష్ట్ర ప్రభుత్వాలకు మాత్రమే పరిమితమైన అధికారాలను రాష్ట్ర ప్రభుత్వాలతో చెప్పా పెట్టకుండా ఏకంగా ప్రపంచ వాణిజ్య సంస్థకు అప్పగించి చేతులు దులుపుకుంది కేంద్ర ప్రభుత్వం.

ఇది గమ్మత్తైన పరిస్థితి. ప్రపంచ వాణిజ్య సంస్థ పనిలోకి వచ్చేసింది. రాష్ట్ర ప్రభుత్వాలు రైతాంగానికి ఇస్తున్న అనేక రాయితీలను వాణిజ్య సంస్థ ప్రశ్నిస్తోంది. అంతర్జాతీయ చట్ట విరుద్ధమని వాదిస్తోంది. దారిద్ర్య రేఖకు దిగువన ఉన్న కుటుంబాలకు రాయితీ ధరలపై ఆహారధాన్యాలు అందచేయటం కూడా తప్పే అని వాదిస్తోంది. మర్రకేష్ ఒప్పందంపై భారత ప్రభుత్వం సంతకం చేయటంతో భారత వ్యవసాయ రంగం ప్రపంచ వాణిజ్య సంస్థ కబంధ హస్తాల్లో బందీ అయ్యింది.

తొందరపడి సంతకాలు చేయటం, తీరిగ్గా శోకించటం. చేతులు కాలాక ఆకులు పట్టుకోవటం. ఇదీ ప్రపంచ వాణిజ్య సంస్థపై సంతకం చేసిన భారత ప్రభుత్వం తీరు. సంతకం చేస్తున్నంత సేపూ అమెరికా చెప్పినట్లు వ్యవహరించటం ద్వారా అమెరికా మన్ననలు పొందాలన్న ధ్యాసే తప్ప దేశంలో వ్యవసాయ రంగంపై దీని దుష్ప్రభావం ఎలా ఉంటుందన్న ఆలోచన లేకుండా సంతకాలు చేసింది. ఈ మొత్తం వ్యవహారంలో రాష్ట్ర ప్రభుత్వాలను నయానో భయానో వాణిజ్య ఒప్పందం షరతులను అంగీకరించేలా చేయగలనన్న నమ్మకం కేంద్ర ప్రభుత్వానికి ఉంది. అందువల్లనే రాష్ట్రాలను సంప్రదించాల్సిన అవసరం లేదని భావించింది. కానీ దేశీయంగా పరిస్థితి వేగంగా మారుతోంది. వ్యవసాయ రంగానికి సంబంధించి రాష్ట్ర ప్రభుత్వాల హక్కులు, ప్రపంచ వాణిజ్య సంస్థ ఆంక్షల మధ్య వైరుధ్యం రోజురోజుకూ తీవ్రమవుతోంది. ఈ నేపథ్యంలో కేంద్ర రాష్ట్ర ప్రభుత్వాల సంబంధాలపై జరిగే చర్చలు సంప్రదింపుల తదుపరి దఫాల్లోనైనా రాష్ట్రాల హక్కులను ప్రభావితం చేసే అంతర్జాతీయ ఒప్పందాలపై సంతకాలు చేసేటప్పుడు రాష్ట్ర ప్రభుత్వాల ముందస్తు ఆమోదం తీసుకోవాలన్న డిమాండ్ ముందుకొచ్చే అవకాశాలు కనిపిస్తున్నాయి. మరోవైపున భారతదేశాన్ని ప్రపంచీకరణ ఒడిలోకి నెట్టేయటానికి ఆరాటపడుతున్న మరికొందరు అసలు రాష్ట్రాల రద్దు, రాజ్యాంగ రద్దు వంటి వాటితో పాటు ఏకీకృత రాజ్య వ్యవస్థను అమలు చేయాలని కూడా డిమాండ్ చేస్తున్నారు.

ఈ సంపూర్ణ యుద్ధ కాలంలో అంతర్జాతీయ ఒప్పందాల హక్కులపై కూడా వేర్వేరు వర్గాలు బరిలోకి దిగనున్నాయి.

- 16 డిసెంబరు, 2000

5

ప్రకృతి వైపరీత్యాలు - వర్గాలు

నమ్మండి.. నమ్మకపోండి. ప్రకృతి వైపరీత్యాలకు కూడా వర్గ పక్షపాతం ఉంటుంది. వరదలొచ్చినప్పుడు ముందుగా మునిగేది లోతట్టు ప్రాంతాలే. అటువంటి ప్రాంతాల్లోనే పేదలు నివసిస్తారు కాబట్టి ముందుగా నష్టపోయేది వాళ్లే. వరదలు ఒకరోజు వచ్చినా వారం రోజులు నివాస ప్రాంతాలు సుడిగుండాలుగా మారినా ఆ ప్రాంతంలో నివసించే పేదలు ఉన్న నీడ కూడా కోల్పోయి మరింత పేదలుగా మారతారు. కరువు గానీ, కాటకం గానీ పేదలే ఆకలి, పోషకాహారం లేమితో చనిపోతారు. ప్రభుత్వ పరిభాషలో పేదలు అంటే కనీస అవసరాలు తీర్చుకోవటానికి కావల్సినంత కొనుగోలు శక్తి కూడా లేనివారే. కొందరు 1943 బెంగాల్ క్షామంలో జరిగినట్లు జవసత్వాలు కూడదీసుకుని ఇరుగు పొరుగున ఉన్న పట్టణాలకు చేరుకున్నారు. అయినా వీరి పట్ల వివక్ష కొనసాగుతూనే ఉంది. ఇరుకు సందుల్లో వీధుల్లో రోగగ్రస్తులయ్యే వీరిని ఏవరో దయామయులు ఆసుపత్రికి చేరవేస్తారు. అక్కడ వారి బాధలన్నీ పూర్తిగా ముగింపుకొస్తాయి. వారి పట్ల వివక్ష ద్వేషభావం మాత్రం కొనసాగుతూనే ఉంది. కరువు కాటకాల సమయంలో సంపన్నులు అన్ని వనరులు కలిగి ఉన్న వారు పూర్తిగా భిన్నమైన జీవితాన్ని ఎదుర్కొంటారు. వీరికి చేతినిండా పుష్కలంగా ఉన్నందున, ఆకాశ వీధుల్లో ప్రయాణించే ధనిక రైతాంగం, వ్యాపారస్తులు, బ్లాక్‌మార్కెట్ చేసేవారై ఉంటారు. వీరి ఆదాయాలు పెరుగుతూ ఉంటాయి. ఆహార కొరత సమయంలో ఆ తరగతుల ఆదాయాలు మరింతగా పెరుగుతాయి. ఇటువంటి సమయంలో పేదల దారిద్ర్యమే ధనికుల సంపద పోగుపడేందుకు కొత్త అవకాశాలు కల్పిస్తుంది.

భూకంపాలు కూడా దీనికి భిన్నమైన ప్రభావాన్ని కలిగించేవేమీ కాదు. అదే తానులో ముక్కలు. భూకంపం భూమిని కదిలించినా, భూగర్భాన్ని కదలించినా పేదల మీద ఉండే ప్రభావం ఒక్కటే. భూకంపం తీవ్రత నామమాత్రంగా ఉన్నప్పుడు కూడా గుడిశెలు, రేకు కప్పులతో ఉన్న పేదల ఇళ్లు నేలమట్టమవుతాయి. సమాజంలో అధిక సంపదను స్వంతం చేసుకున్న వాళ్లు బలమైన ఇళ్లు కట్టుకోవటం రాతి యుగం కాలం నుండీ కనిపిస్తున్న పరిణామమే. ప్రాచీనకాలంలో ఇల్లు కట్టుకోవటానికి రాళ్లు లేదా అటువంటి బలమైన మరో వనరు ఉంటే సరిపోయేది. ఆధునిక యుగంలో సంపన్నులు ఇనుము, సిమెంట్, కట్టడాల వైపు మళ్లారు. భూకంప పీడిత ప్రాంతాల్లో సాధారణంగా సంపన్నులు చెక్క నిర్మాణాలకు ప్రాధాన్యత ఇస్తారు. భూకంపం వచ్చినప్పుడు ఇటువంటి నిర్మాణాలతో వచ్చే నష్టం చాలా నామమాత్రంగా ఉంటుంది. సామాజిక సంపదలో పెద్ద వాటా కలిగిన ఈ సంపన్నులు ప్రకృతి వైపరీత్యాలు వచ్చినప్పుడు పేదల కన్నా మెరుగైన స్థితిలో ఉంటారు. ఎక్కువ సంపదను స్వంతం చేసుకున్న వాళ్లు పేదలకన్నా మెరుగైన స్థితిలోనే ఉంటారు ఎక్కువ సంపద కలిగిన వాళ్లు మరింత ఎక్కువ పోగేసుకోగలుగుతారు. సంపన్నుల వద్దనే ఎక్కువ కలప పోగుపడేది.

కరువులైనా, వరదలైనా, భూకంపాలైనా ముందుగా బలయ్యేది పేదలే. ఈ ప్రకృతి వైపరీత్యాల నుండి ధనవంతులు ఎలాగైనా తమను తాము కాపాడుకుంటూనే ఉంటారు. ప్రకృతి వైపరీత్యాల వలన నష్టపోయే వాళ్ల వర్గ విభజన చేస్తే ఆదాయం, సంపద వ్యత్యాసాలకు అనుగుణంగానే నష్టపోయేవాళ్లు, నష్టాల బారిన పడకుండా తప్పించుకునే వాళ్ల మధ్య సారూప్యత కనిపిస్తుంది. ఈ ప్రతిపాదనకు కొన్ని పరిమితులు ఉండొచ్చు. క్రీస్తుశకం తొలి శతాబ్దంలో విసుయిస్ అగ్నిపర్వతం పేలిపోయినప్పుడు పెల్లుబుకిన లావా చుట్టుపక్కల ఉన్న సంపన్న వర్గాలను మింగేసింది. పొంపి మరియు హెరాక్యులియనన్ నాగరికతలు కాలగర్భంలో కలిసిపోయిన సమయమూ, ఈ అగ్నిపర్వతం కింద సంపన్నులు, వారి హంగు ఆర్భాటాలన్నీ కరిగిపోయిన సమయం ఒక్కటే కావటం గమనార్హం. అయితే ప్రాచీన యుగాల గురించి కానీ మధ్య యుగాల గురించి కానీ చర్విత చరణంగా మారిన చరిత్ర ఆధారంగా, అటువంటి చారిత్రక రచనల ప్రభావంతో వచ్చిన నిర్ధారణలే కదా ఇవి? సాధారణ ప్రజల చరిత్ర, వారి సుఖ: దు:ఖాల చరిత్ర నమోదు చేయటం కేవల 19వ శతాబ్దం చివరల్లోనే కొద్దో గొప్పో మొదలైంది. ఇటువంటి జనసామాన్యపు చరిత్ర రచన ఇంగ్లాండ్‌లో కార్మికవర్గ స్థితిగతులు అన్న ఫ్రెడరిక్ ఏంగెల్స్ గ్రంథంతోనే ఆరంభమైంది. విసుయిస్ అగ్నిపర్వత లావాలో కరిగిపోయిన పొంపి నాగరికత గురించి అందరమూ విచారం వ్యక్తం చేస్తున్నాము. అంటే రాజులు, రాణులు, ఇతర కులీన వర్గాలను స్వాహా చేసిందన్న విషయాన్ని కూడా సానుభూతితో అర్థం

చేసుకుంటున్నాము. ఈ ఉపద్రవం నుండి తప్పించుకుని పారిపోయి ప్రాణాలు కాపాడుకున్న వారు ఎందరు, లావా వేడికి పిట్టల్లా రాలిపోయి అక్కడే సమాధి అయిన వారెందరు, వీరు ఏయే వర్గాలకు చెందిన వాళ్లు అన్న విషయాన్ని ఏ చరిత్రకారుడూ గ్రంథస్తం చేయలేదు. సాంప్రదాయక చరిత్రలో పేదలకు స్థానమే లేదు.

ఇటువంటి పరిస్థితుల్లో ఏ దేశంలోనైనా ఏ ప్రకృతి వైపరీత్యం లేదా ఉపద్రవంలోనైనా సర్వస్వం కోల్పోయిన, లేదా ప్రాణాలు కోల్పోయిన పేదల గురించిన వివరాలు ఎక్కడా నమోదు కావన్నది చారిత్రక సత్యం. ప్రకృతి వైపరీత్యాలు జరిగినప్పుడు చనిపోయిన పేదల సంఖ్య ఎప్పుడూ పూర్ణ సంఖ్యలోనే ప్రస్తావనకు నోచుకుంటారు. వందలు, వేలు, లక్షలు, కోట్లు....ఇలా. ఈ వైపరీత్యాలు కూడా పేదలను కబళించటానికేనా అన్నట్లు వస్తాయి. అయితే 19వ శతాబ్దం వరకు ఈ పరిణామాలన్నీ నాగరికతలో అంతర్భాగాలే. ఈ నాగరికతల్లో సమాజ ఉపరితలంలో ఛాతీ విప్పార్చుకుని కూర్చున్న సంపన్నులే మనకు దర్శనమిస్తారు.

గుజరాత్‌ను కుదిపేసిన భూకంపం నిస్సందేహంగా జాతీయ విపత్తే. భుజ్, అంజార్, రూపాత్ వంటి చిన్న చిన్నపట్టణాలు భూమండలం నుండి అదృశ్యమయ్యాయి. ఈ భూకంపంలో వేల మంది చనిపోయారా లక్షల మంది చనిపోయారా అన్న విషయంలో రాజకీయ నాయకుల మధ్య మాటల యుద్ధం నడుస్తోంది. సందట్లో సడేమియా అనుకుని సంపాదించకునే వారికి ఈ భూకంపం ఓ సదవకాశాన్ని తెచ్చి పెట్టింది. అన్నార్తులకు ఆసరా అందించటంలో గందరగోళ పరిస్థితి ఉంది. ఇదే అదను చూసుకుని దొరికినంత దోచుకోవటానికి సిద్ధమైన దోపిడీ ముఠాలు స్వైరవిహారం చేశాయి. ఈ ఉపద్రవంలో నష్టపోయిన వారిలో అత్యధికులు పేదలే కావటంతో వారికి అందే సహాయం, పునరావాస చర్యలు కూడా అరకొరగానే ఉన్నాయి. భూకంపం ద్వారా జాతీయ ఆర్థిక వ్యవస్థకు కలిగిన నష్టాన్ని పూడ్చుకోవటానికి ఆర్థిక మంత్రి రెండు శాతం అదనపు సుంకాన్ని విధించి తన నైతిక ధర్మం నెరవేర్చానని చేతులు కడుక్కున్నారు. స్వచ్ఛంద సేవా సంస్థలు – కొన్ని అవినీతిలో కూరుకుపోయినా కొన్ని మాత్రం నిజాయితీతోనే సేవ చేశాయి – రంగంలోకి దిగాయి. పాకిస్తాన్‌తో క్రికెట్ ఆడేటప్పుడో, మరో పొరుగు దేశం మన మీద దాడి చేసినప్పుడో మాత్రమే భారతదేశంలో దేశభక్తి, ఐక్యతా భావనలు పెల్లుబుకుతాయి. అలాంటి ఐక్యతా భావం ఉప్పొంగటానికి ఈ ప్రకృతి వైపరీత్యాలు మరో అవకాశాన్ని కల్పిస్తున్నాయి. అమెరికాలో నిక్సన్‌పై అవిశ్వాస తీర్మానం మీద చర్చ జరుగుతున్న సమయంలో దేశం దాదాపు రెండుగా చీలింది. కులీనవర్గానికి చెంది మహిళలు దేశంలో ఐక్యత కోసం దేవుడిని ప్రార్థించారు కూడా. అమెరికాలో నిక్సన్ కుంభకోణం చేసిన పనే భారతదేశంలో గుజరాత్ భూకంపం చేస్తోంది. గుజరాత్ పునర్నిర్మాణం లక్ష్యంతో విదేశాల్లో

పెద్దఎత్తున సోదర భావం ఉప్పొంగింది. దాని లక్ష్యాలు ఏవైనా కావచ్చు. విదేశీ సహాయం కుండపోతగా వస్తోంది. పాకిస్తానీ ప్రజలు కూడా ఓ చెయ్యి వేశారు. ఆహారం, తాత్కాలిక నివాసాలకు అవసరమైన పట్టాలు, దుప్పట్లు, టెంట్లు, మందులు భారతదేశానికి అందించింది. ఆ పనికిమాలిన వాళ్లు భారత్ పాక్ క్రికెట్ పోటీలు పెట్టి వచ్చిన ఆదాయాన్ని సహాయక కార్యక్రమాలకు ఖర్చుపెట్టాలని కూడా ప్రతిపాదించారు! దేశభక్తులమైన మనం ఈ ప్రతిపాదనలు తిప్పికొట్టామనుకోండి...!

ఇక్కడ ఇంత కన్నా లోతుగా చర్చించుకోవాల్సిన అవసరం లేదు. ఈ ఉపద్రవం తీవ్రతను అర్థం చేసుకోవచ్చు. అయితే గుజరాత్‌లో వచ్చిన భూకంపం కూడా మిగిలిన చోట్ల దేశం ఎదుర్కొన్న ప్రకృతి వైపరీత్యాలకు భిన్నమైనదేమీ కాదు. షరామామూలుగానే ఇక్కడ కూడా పేదలు పెద్ద సంఖ్యలో బలయ్యారు. అదే ఈ విషయాన్ని పునరుద్ఘాటించటానికే ఇదంతా చెప్పటం లేదు.

పేదలతో పాటు గణనీయమైన మోతాదులో సంపన్నులు కూడా పెద్దఎత్తున నష్టపోయిన ఉదంతంగా గుజరాత్ భూకంపం చరిత్రలో నిలిచిపోతుంది. ప్రపంచీకరణ, సరళీకరణ ప్రభావం ఇక్కడ కొట్టొచ్చినట్లు కనిపిస్తోంది. పాశ్చాత్య భవన నిర్మాణ కౌశలం పట్ల నోరెళ్లబెట్టిన వారందరూ ఈ భూకంపంతో కళ్లు తెరిచారు. పాత నిర్మాణాలన్నీ కొద్దిపాటి నష్టంతో బయటపడగలిగాయి. దీనికి భిన్నంగా అహ్మదాబాద్‌లో దాదాపు వందకు పైగా భారీ భవంతులు, అపార్ట్‌మెంట్లు పేక మేడల్లా కుప్ప కూలాయి. ఈ రోజుల్లో కులాసాగా జీవించటం అంటే పదో అంతస్తుపైనో పాతికో అంతస్తు పైనో చిన్న పెంకుటిల్లు లేదా రెల్లుతో అమర్చిన పెంట్ హౌస్‌లో తూగుటుయ్యాల మీద కూర్చుని కబుర్లాడుకోవటం. నీ ఇల్లు ఎన్నో అంతస్తులో ఉంటే నీ సామాజిక హోదా అన్ని అంతస్తులు పెరుగుతుంది. మరీ ముఖ్యంగా గత దశాబ్ద కాలంలో పాతకాలపు భూస్వామ్య సాంప్రదాయాన్ని ప్రతిబింబించే మండువా లోగిళ్ల నుండి పలు అంతస్తుల మేడల్లోకి మారటం కోసం కోటీశ్వరులంతా పోటీ పడ్డారు. ఈ భూకంపం అటువంటి బహుళ అంతస్తుల మేడలన్నింటినీ నేలమట్టం చేసింది. అటువంటి వాటిలో నివశించటమే జీవిత పరమావధిగా మార్చుకున్న వాళ్లల్లో కొందరన్నా సర్వం కోల్పోయి వీధులపాలయ్యారు.

ఈ వ్యవస్థ పట్ల కులీన వర్గాలకు ఉన్న నమ్మకం భూకంపం తాకిడికి కూలిపోవటం బహుశా మానవ చరిత్రలో ఇదే తొలిసారి అనుకుంటా. ఈ భూకంపపు తీవ్రతను తట్టుకుని నిలబడ్డ భవంతుల మీద కూడా అనుమానాలు తగ్గలేదు. సమర్థులైన వాస్తు శిల్పులు, ప్రభుత్వ ఇంజనీర్లతో మూల్యాంకనం చేయించి మదించిన తర్వాతనే మిగిలి ఇళ్లల్లోకి పునఃప్రవేశించేందుకు ధనికులు సాహసిస్తున్నారు. నిర్దాక్షిణ్యమైన ప్రకృతి వైపరీత్యానికి లొంగకపోయినప్పటికీ పలు ఆధునిక వసతులు కలిగిన నివాస ప్రాంతాలు

ఇటువంటి అనుమానంతోనే ఖాళీ అవుతున్నాయి. దీనికోసం పెద్ద ఎత్తున ఖర్చవుతోంది. ఈ మధ్యలో భూకంపం తాకిడికి నష్టపోయిన వారి సంఖ్య వేలా లక్షలా అన్న విషయాన్ని నిర్ధారించటానికి మీడియా కథనాలు పోటీ పడుతున్నాయి. మనకు అందుబాటులో ఉన్న గణాంకాలను ఎలా ఉపయోగించుకుంటామన్నదానిపైనే ఈ అంచనాలు ఆధారపడి ఉంటాయి. చావులను లెక్కించటం కూడా పెద్ద సరుకుగా మారిపోయింది. ప్రధానంగా దిగువ, మధ్యతరగతికి చెందిన పేదలకు పెద్దగా ఏమీ ప్రాధాన్యతలు ప్రయోజనాలు ఉండవు. బతుకు జీవుడా అంటూ బయటి పడిన వాళ్లల్లో ఉన్న పేదల గురించి కూడా పెద్దగా ఎవ్వరూ ఏమీ పట్టించుకోరు. వాళ్లు బాధపడుతున్నారు. కానీ వాళ్ల బాధలకు వాళ్ల పూర్వ జన్మ దుష్కృతమే కారణం. వాళ్లంతా పేదలు కాదా? వారికి అందించే సహాయక చర్యలు గందరగోళంగా ఉండటం ఇక్కడ పెద్దగా చెప్పుకోదగ్గ విషయం ఏమీ కాదు.

వార్తా కథనాలన్నీ సంపన్నులకు సంబంధించిన మానవీయ కోణాలు, వాటి ఆధారిత విషయాలపై కేంద్రీకృతమయ్యాయి. చనిపోయిన వారిలో కొందరు చెప్పుకోదగ్గ ధనవంతులు ఉన్నారు. మరికొందరు కిరాణా కొట్టు యజమానులు, మధ్యతరగతి ఉద్యోగులు ఉన్నారు. ఇలా ఎంతో కొంత సుఖవంతమైన జీవితానికి అలవాటు పడ్డ వాళ్లు భూకంపం తర్వాతి పరిస్థితుల్లో ఎలా జీవనం సాగిస్తున్నారా అన్న విషయంపైనే ఎక్కువగా పత్రికలు దృష్టి పెట్టాయి. రాజకీయ నాయకుల దృష్టి కూడా సహజంగానే ఈ తరగతిపైనే కేంద్రీకృతమై ఉంది. రాజకీయ నాయకులకు చెందిన వాళ్లు కొందరు తరతమ స్థాయిల్లో భూకంపం తాకిడికి గురయ్యారు. బహుశా ఇందుకే కాబోలు ఢిల్లీలో మంత్రివర్గ సమావేశాల సంఖ్య పెరిగింది. గుజరాత్ నలు దిక్కులకూ మంత్రులు పరిగెడుతున్నారు. ప్రాచీన సంస్కృతి, నాగరికతలతో పాటు వెనకబాటుతనాన్ని నింపుకున్న భారతదేశం వంటి దేశాల్లో ప్రపంచీరణ ద్వారా ఎటువంటి అద్భుత ఫలితాలు సాధించవచ్చు అన్నదానికి నిదర్శనంగా అహ్మదాబాద్ ప్రత్యేకించి ఈ నగరంలో విలాసవంతమైన జీవనానికి కేంద్రంగా ఉన్న నవరంగపురను ఉదాహరణగా చెప్తూ వచ్చారు. నిజమైన విజయం ఇదేనా అన్న సందేహం ఇప్పుడు అందరి మెదళ్లను తొలుస్తోంది. విదేశాల నుండి వస్తున్న సహాయం కేవలం పేదల జీవితాలు బాగుచేయటానికే ఖర్చు కావటం లేదు. భారతదేశపు ప్రతిష్టను కూడా పెంపొందించటానికి ఈ నిధులు ఖర్చు చేస్తున్నారు. ప్రపంచీకరణ విజయాల గురించి ఢంకా భజాయించటానికి భారతదేశాన్ని ఉదాహరణగా చూపించే వాళ్లంతా ఒక్క కుదుపుకు గురయ్యారు. ప్రపంచీకరణ విజయకాంతులు వినువీధులకు చేరవేస్తున్న నిలువెత్తు నివాస సముదాయాలన్నీ నేలమట్టమయ్యాక కూడా సాధారణ మధ్యయుగానికి చెందిన భవంతులు భూకంపం తాకిడిని తట్టుకుని నిటారుగా

నిలబడి ఉండటం అటు ఇంజనీర్లను, వాస్తు శిల్పులను, రియల్ ఎస్టేట్ కంపెనీలతో పాటు ప్రపంచీకరణ జైత్రయాత్రకు ప్రతినిధులుగా నిలిచిన వారినందరినీ అబ్బుర పరుస్తోంది. స్వేచ్ఛా విపణిపై ప్రకృతి కన్నెర్ర చేసిందా అన్నట్లు ఈ పరిణామాలు కనిపిస్తున్నాయి. ఈ మొత్తం పరిణామాల్లో కంటికి కనిపించని లోతులున్నాయి. దాతృత్వం, సేవా తత్పరత ఊహించని స్థాయిలో వ్యక్తమవుతున్నాయి. ఈ ప్రత్యేక పరిస్థితుల్లో రెండు రెళ్ళు కలిపితే 14 అవుతున్నాయి. భూకంప బాధితులను గుర్తించటంలో జరుగుతున్న లోపాల కారణంగా అధికారిక అనధికారిక మార్గాల ద్వారా దేశంలోకి ప్రవహించే విదేశీ సహాయం మరింత పెరుగుతోంది. ప్రకృతి వైపరీత్యాల కారణంగా ఏ దేశంలోనూ సంపన్నులు నష్టపోకూడదు. ఒకవేళ అలా నష్టపోతే అమెరికా పార్లమెంట్ ముందు ఆందోళన చేయాలి.

ఎవరైనా ఔత్సాహిక పరిశోధకులు తమ స్వంత వనరులతో గానీ ఇతరుల ప్రోత్సాహంతో గానీ ఓ సంవత్సరం పాటు సమయం తీసుకోనైనా సరే గుజరాత్‌లో సహాయ పునరావాస చర్యలకు కేటాయించే నిధులు ఏయే ప్రాంతాలకు అంటే పేదలు నష్టపోయిన ప్రాంతాలకు ఎంత మోతాదు, ధనికులు నష్టపోయిన ప్రాంతాలకు ఎంత మోతాదులో చేరుతున్నాయో పరిశోధన చేస్తే ఎన్నో ఆసక్తికరమైన విషయాలు వెలుగు చూస్తాయి. బతికున్న వారిలో గానీ చనిపోయిన వారిలో గానీ 95 శాతం సామాజికంగా అట్టడుగు వర్గాలకు చెందినవారే ఉంటారనటంలో సందేహం లేదు. కానీ విదేశాల నుండి వస్తు రూపేణా గానీ నగదు రూపేణా గానీ వచ్చిన సహాయంలో సింహ భాగం ధనికులకే చేరిందన్నది కాదనలేని వాస్తవం. తొలిసారి చరిత్రలో సంపన్నులు ప్రకృతి వైపరీత్యాల కారణంగా బలయ్యే తరగతిగా నమోదైంది. దాంతో పునరావాస సహాయ చర్యల్లో వారి వాటా వారికి దక్కాలన్న అభిప్రాయం ప్రాచుర్యంలోకి వస్తోంది. వర్గ విభజనతో కూడిన సమాజంలో ఇటువంటి వాటాలు పంచటంలో పాలక వర్గాలు ఎంతో నైపుణ్యాన్ని సంపాదించాయి.

ఏది ఏమైనా గుజరాత్ భూకంపం అనేక కొత్త విషయాలు మంచి కోణాలు ముందుకు తెచ్చింది. ఎటువంటి వెరపు లేకుండా పన్నులు పెంచటానికి ప్రకృతి వైపరీత్యాలు ఓ సాకుగా పని చేస్తాయని ఈ ఉదంతం రుజువు చేసింది. ఈ కోణంలో చూసినపుడు ప్రపంచీకరణ సరళీకరణ మేధావులను హుషారు చేస్తోంది.

- 24 ఫిబ్రవరి, 2001

6

వాణిజ్యం - భేషజాలు

కేంద్ర ప్రభుత్వాలు అంతర్జాతీయ సంస్థలు, వ్యవస్థలతో ఒప్పందాలు కుదుర్చుకున్నపుడు ప్రభుత్వాలు మారినా ఆయా ఒప్పందాల స్ఫూర్తిని అమలు చేయటం నిలకడైన విధానాల అమలుకు నిదర్శమని కేంద్ర వాణిజ్య శాఖ మంత్రి ప్రకటించారు. 1994లో నాటి కాంగ్రెస్ ప్రభుత్వం ముర్రకేష్ ఒప్పందంపై సంతకాలు చేయటంతో ప్రపంచ వాణిజ్య సంస్థలో భారతదేశం భాగమైంది. దీని పర్యవసానమే గత సంవత్సరం దిగుమతుల వెల్లువ, ఈ సంవత్సరం కేంద్రం రూపొందించిన ఎగుమతి-దిగుమతుల విధానం. ముర్రకేష్ ఒప్పందంలో పేర్కొన్న షరతులు అమలు చేయటం తప్ప ప్రస్తుత ప్రభుత్వానికి వేరే ప్రత్యామ్నాయం లేదని వాణిజ్య శాఖ మంత్రి నిస్సహాయతను వ్యక్తం చేస్తున్నారు.

ఒకరకంగా చూస్తే కేంద్ర మంత్రి మాటలు నిజమే. ప్రస్తుతం అమలు జరుగుతున్న ఎగుమతి - దిగుమతుల విధానం దేశ పారిశ్రామిక రంగం, ప్రత్యేకించి వ్యవసాయ రంగం ఎదుర్కొంటున్న దుర్గతికి కారణం కేంద్ర ప్రభుత్వం ముర్రకేష్ ఒప్పందంపై సంతకాలు చేయటమే. ప్రపంచ వాణిజ్య సంస్థలో దేశం భాగస్వామి కావటమే. విధానపరమైన నిలకడత్వం, కొనసాగింపు ప్రథమ ప్రాధాన్యత అని వల్లె వేస్తూ బిజెపి ప్రభుత్వం సదరు అంతర్జాతీయ వేదికలో నమ్మకస్తురాలైన సభ్యురాలిగా భారతదేశం పాత్రను పోషిస్తోంది. కొనసాగిస్తోంది. దేశంలోని ప్రధాన పార్టీలైన బిజెపి, కాంగ్రెస్‌ల మధ్య పేటెంట్ చట్టం సవరణలు వంటి కీలక విషయాల్లో ఉన్న ఏకాభిప్రాయాన్ని గమనిస్తే అధికారంలో ఉన్న పార్టీలు మారినా అనుసరించే విధానాలు మాత్రం కొనసాగుతూనే

ఉన్నాయన్న విషయం రూఢీ అవుతుంది. ప్రపంచ వాణిజ్య సంస్థలో భాగస్వాములైన దేశాలన్నీ విదేశీ కంపెనీలకున్న పేటెంట్ హక్కులను మాత్రం తప్పనిసరిగా గుర్తించాలని వాణిజ్య సంస్థ నియమ నిబంధనలు స్పష్టం చేస్తున్నాయి. ప్రతిపక్షంలో ఉన్నపుడు బిజెపి ప్రపంచీకరణకు వ్యతిరేకంగా బాకాలూదింది. సంస్కరణల దిశగా కొన్ని చట్టాలు సవరించాలని అప్పట్లో కాంగ్రెస్ పార్టీ ప్రయత్నించినప్పుడు బిజెపి బల్ల గుద్ది మరీ వ్యతిరేకించింది. అప్పట్లో కాంగ్రెస్‌కు లోక్‌సభలో సంఖ్యాబలం ఉన్నా రాజ్యసభలో లేదు. విదేశీ కంపెనీలకు తలుపులు తెరవాలన్న ప్రతిపాదనను ఈ కారణంగా కాంగ్రెస్ వాయిదా వేసుకోవాల్సి వచ్చింది. అది 1995 నాటి సంగతి. 1998 వచ్చే సరికి పరిస్థితి మారిపోయింది. కాంగ్రెస్ స్థానంలో బిజెపి అధికార పార్టీగా అవతరించింది. కాంగ్రెస్ ప్రతిపక్షంగా అవతారమెత్తింది. కాంగ్రెస్ పార్టీకి కొన్ని నైతిక విలువలు, ప్రమాణాలు ఉన్నాయి. విధానపరమైన కొనసాగింపు పట్ల కాంగ్రెస్‌కు కూడా ఎంతో కొంత నమ్మకం ఉంది. ప్రపంచ వాణిజ్య సంస్థ నిబంధనలననుసరించి బహుళజాతి కంపెనీలు కోరుకున్న విధంగా పేటెంట్ చట్ట సవరణలు చేయాలనటంలో కాంగ్రెస్‌కు ఏమాత్రం అభ్యంతరం లేదు. ఫలితమే 1998లో రెండు ప్రధాన పార్టీలు ఉమ్మడిగా 1970 నాటి భారతీయ పేటెంట్ చట్టానికి తిలోదకాలిచ్చాయి. బీమా రంగాన్ని ప్రైవేటీకరించి అమెరికాకు చెందిన ప్రైవేటు బీమా కంపెనీలకు తలుపులు తెరవాలన్న ప్రతిపాదన వచ్చినపుడు కూడా రెండు పార్టీలు ఒకే తానులో ముక్కల్లా వ్యవహరించాయి.

అయితే ఇక్కడ కొంత అప్రమత్తత అవసరం. ఈ విధమైన కొనసాగింపు కేవలం చట్టాలకే పరిమితం కాలేదు. రాజకీయాల్లో కూడా బలంగా కనిపిస్తోంది. ఉదాహరణకు మన షేర్ మార్కెట్‌లో జరిగిన కుంభకోణాలనే పరిశీలిద్దాం. సంయుక్త పార్లమెంటరీ సంఘం సమావేశమై భారీ నివేదిక ఒకటి సమర్పించింది. ఈ దేశం పట్ల తమ బాధ్యత తీరిపోయిందని పార్లమెంట్ సభ్యులు చేతులు దులుపుకున్నారు. కానీ నిజం అది కాదు. భారతదేశం ప్రపంచీకరణ విధానాలను అనుసరించటం మొదలు పెట్టాక షేర్ మార్కెట్‌తో సహా అన్ని రకాల మార్కెట్లను ప్రభుత్వ పెత్తనం నుండి విముక్తి చేయాల్సి వచ్చింది. సెక్యూరిటీస్ ఎక్స్ఛేంజ్ బోర్డు అడపా దడపా మీడియా అంటే ఒకింత భయం ప్రదర్శిస్తుందేమో కానీ అది కేవలం పైకి కనిపించే కపటత్వమే తప్ప వాస్తవం కాదు. 1992-93లో జరిగిన స్టాక్ మార్కెట్ కుంభకోణానికి ప్రధాన కారణం దేశీయ, విదేశీ బ్యాంకులే. ఈ బ్యాంకులు కొందరు పేరున్న షేర్ బ్రోకర్ల ప్రయోజనాల కోసం అడ్డదిడ్డమైన

వ్యవహారాలన్నీ చేసి మదుపరుల సొమ్మును దళారులు మింగేయటానికి మార్గం సిద్ధం చేశాయి. రిజర్వు బ్యాంకు వ్యవహారం కూడా దీనికి భిన్నంగా ఏమీ లేదు. గత దశాబ్ది కాలంలో మదుపరుల ప్రయోజనాలు కాపాడటంలో ఎంతో కఠినంగా వ్యవహరిస్తున్నామని అని రిజర్వు బ్యాంకు చేసే ప్రకటనలు కేవలం కాగితాలకే పరిమితమయ్యాయి. తప్పు చేసే వాళ్లను బ్యాంకు గడప తొక్కనీయటం లేదని కూడా పదే పదే చెప్పింది. ఇదంతా జనం కళ్లు కప్పటానికి మాత్రమే. యధేచ్ఛగా ఏనుగులు దూరేంత సందులు మాత్రం చట్ట వ్యతిరేకులకు సదా అందుబాటులోనే ఉన్నాయి. ఇక్కడ కేవలం సెబినో, రిజర్వు బ్యాంకునో విమర్శించి చేతులు దులుపుకుంటే సరిపోదు. వాటికి యజమానులైన ప్రభుత్వం స్వేచ్ఛా విపణిలో అమ్ముడుపోయింది. యూనిట్ ట్రస్ట్ ఆఫ్ ఇండియా కూడా దీనికి భిన్నంగా ఏమీ లేదు. స్వేచ్ఛా విపణి ప్రధానంగా మోసగాళ్ల అడ్డా. ఇక్కడ షేర్ బ్రోకర్లు, లోగుట్టు తెలిసి పెద్దలుగా చలామణి అవుతున్న వాళ్లు, బ్యాంకు చైర్మన్లుగా చేసిన వాళ్లు, మేనేజింగ్ డైరెక్టర్లుగా చేసిన వాళ్లు కూడా గోదాలో దిగిపోతారు. ఈ విధమైన జూదం రాజకీయ నాయకులకు కూడా ఉపయోగమే. అందువల్లనే ఉదారవాద విధానాల మీద మోజు కొనసాగుతున్నంత వరకూ స్టాక్ మార్కెట్ కుంభకోణాలు జరుగుతూనే ఉంటాయి. సమాచార సాంకేతిక రంగాల్లో పని చేస్తున్న కంపెనీలతో లావాదేవీలు కలిగిన వాళ్లే ఎక్కువగా స్టాక్ మార్కెట్‌ను జూదశాలగా మారుస్తారనటానికి కావల్సినన్ని ఆధారాలున్నాయి. ఈ రంగాల్లో పని చేసే అనేకమందికి విదేశాల్లో తలదాచుకున్న ఆర్థిక నేరగాళ్లు, దేశ ద్రోహులతో సత్సంబంధాలుంటాయి. వాళ్లు దేశద్రోహులు అన్న విషయం కూడా ప్రభుత్వానికి పట్టదు. ఎందుకంటే వాళ్లంతా స్వేచ్ఛా విపణిని నడిపిస్తున్నవాళ్లు. అటువంటి వాళ్లను ముట్టుకోవటానికి కూడా ప్రభుత్వాలు సాహసించవు. ఎందుకంటే స్వేచ్ఛా మార్కెట్‌లో వేలు పెట్టడమే మహా పాపంగా భావిస్తాయి.

పైన చెప్పిన వివరణలో మరో ముఖ్యమైన కోణం కనిపించటం లేదు. సమాచార సాంకేతిక పరిజ్ఞాన రంగానికి చెందిన కంపెనీల షేర్లు ఎక్కువ లాభాలు తెచ్చి పెట్టే కాలం ఇది. కొన్ని కంపెనీలు వంద నుండి మూడు వందల రెట్లు లాభాలు ఇచ్చిన సందర్భాలు కూడా ఉన్నాయి. ఈ పరిస్థితుల్లో ఉత్పాదక కంపెనీల నుండి ఇటువంటి స్టాక్ మార్కెట్ మాయాజాల సృష్టి జరుగుతున్న వైపు పెట్టుబడులు తరలించకుండా ఉండటం వాటాదారుల మూర్ఖత్వం అవుతుంది. ఈ కాలంలో భారతీయ పారిశ్రామిక రంగం పడకనపడిందన్న విషయం స్పష్టంగా కనిపిస్తుంది. దీనికి అనేక ఇతర కారణాలతో

పాటు దేశంలో కాస్తంత డబ్బులు చలామణి చేయగలిగిన తరగతి వస్తూత్పత్తి రంగంలో ఉన్న కంపెనీల్లోని తమ వాటాలు అమ్ముకుని ఇటువంటి గాలివాటు లాభాలు తెచ్చిపెట్టే కంపెనీల్లో వాటాలు కొనుగోలు చేయటంతో వస్తూత్పత్తి రంగంలో పెట్టుబడులు కరవవుటం కూడా ఒక ముఖ్యమైన కారణంగా ఉంది. శిఖరాగ్ర స్థానంలో ఉన్న ఈ పిడికెడుమంది ఒక అడుగు ముందుకేసి తమ పెట్టుబడులు మళ్లించగానే లక్షలాదిగా ఉన్న మధ్యతరగతి స్త్రీ పురుషులు ఇదే బాటన పట్టారు. రోజువారి పెరుగుతున్న ధరల నేపథ్యంలో ఈ రూపంలోనన్నా నాలుగు రాళ్లు వెనకేసుకోవచ్చున్న ఆశ ఈ విధంగా తమకున్న కొద్దిపాటి పొదుపు మొత్తాలను ఎక్కువ లాభాలు ఇస్తాయని చెప్పబడే ఐటి, అనుబంధ రంగ కంపెనీల్లో పెట్టుబడులు పెట్టడానికి పురిగొల్పింది. భారతదేశంలోని మంచి ప్రభుత్వం, అంతకన్నా మంచిదైన రిజర్వు బ్యాంకు స్వేచ్ఛా విపణి వీరవిహారానికి ఆటంకాలు కల్పించే స్థితిలో లేవు. మార్కెట్‌లో నిధులు కరువై వస్తూత్పత్తి రంగం పడకనపడే పరిస్థితి తలెత్తినపుడు ఈ సంక్షోభం నుండి వస్తూత్పత్తి రంగాన్ని బయటకు తేవటానికి తక్కువ వడ్డీలకు బ్యాంకు రుణాలు ఇచ్చేలా రిజర్వు బ్యాంకు ఆదేశాలిచ్చింది. సంపన్నులు మూర్ఖులు కాదు కదా. చౌకగా వస్తున్న రుణాలు విచ్చలవిడిగా తీసుకున్నారు. ఈ మొత్తాలే స్టాక్‌మార్కెట్ మాయాజాలంలో పెట్టుబడులుగా పావులు కదిపారు. బూర్జువా, పెటీ బూర్జువా వర్గానికి చెంది లక్షలాది మంది ఈ మార్గాన్నే ఆశ్రయించారు. నామమాత్రపు వడ్డీలతో సరిపెడుతున్న బ్యాంకు ఖాతాల నుండి పెద్ద సంఖ్యలో డబ్బు తీసి ఐటి కంపెనీల్లో వాటాలు కొన్నారు.

మార్కెట్ గుర్రాలు కట్టు తెంచుకోవటానికి ఇటువంటి సందర్భాల కోసం ఎదురు చూస్తూ ఉంటాయి. తమకు నచ్చిన కంపెనీల షేర్ ధరలు ఈ కాలంలోనే విపరీతంగా పెంచేసుకుంటూ పోయాయి. కొన్ని కొన్ని సందర్భాల్లో ఈ బ్రోకర్లు తాము మెచ్చిన కంపెనీల షేర్ ధరలకు ఊతమివ్వటానికి బ్యాంకుల నుండి కూడా మద్దతు సమీకరించారు. ఇటువంటి పాత్రధారులతో సత్సంబంధాలు కలిగిన కొందరు బ్రోకర్లు కొన్ని కొన్ని సందర్భాల్లో పొద్దున కొన్న షేర్లు సాయంత్రం అమ్మటం, బదిలీ పనులు వంటి మార్గాల ద్వారా మార్కెట్‌ను ఓ కుదుపు కుదిపారు. ఫలితంగా ముంబయి, కలకత్తా స్టాక్ ఎక్స్ఛేంజిలను దివాళా తీయించారు. ఈ ఆటలో శీర్షాసనం వేసిన వారంతా లబ్ధిపొందిన వారే. షేర్ల కొనుగోలు ద్వారా దిగువ స్థాయిలో ఉన్న లక్షలాదిమంది వాటాదారులు నష్టపోయిన వాళ్ళ గోడు కడుపు నిండిన వాళ్లను ఆలోచింపచేస్తుందా?

పార్లమెంట్ వేదికగా ఆర్థిక మంత్రి ఎన్ని ప్రకటనలన్నా ఇవ్వనీయండి. వానలో నిలబడ్డ దున్నపోతులా వ్యవహరిస్తున్న రిజర్వు బ్యాంకు, సెబిలు తమ నియంత్రణాధికారాల గురించి ఎంతగా ఢంకా బజాయించుకున్నా కళ్ల ముందున్న వాస్తవం మసకబారదు. ఈ మొత్తం కుంభకోణానికి కారకులైన వారిని చట్టం పరిధిలోకి తెచ్చేందుకు, బ్యాంకులను నియంత్రించేందుకు రిజర్వు బ్యాంకు, సెబిలు కొత్త నియమనిబంధనలు రూపొందించొచ్చు. ఇదంతా కాకులకు ఎంగిలి చేయి విసిరిన చందమే అవుతుంది. స్వేచ్ఛా వాణిజ్యంపై మోజు తగ్గనంత వరకు రానున్న కాలంలో ఇటువంటి కుంభకోణాలు పునరావృతమవుతూనే ఉంటాయి. విధానాలు, కార్యాచరణలో కొనసాగింపు అంటే అర్థం ఇదే.

వాస్తవాలు అంగీకరిద్దాం. 1992-93 స్టాక్ మార్కెట్ సంక్షోభంలో తొలి ముద్దాయి మాత్రం జైలుకు వెళ్లలేదు. మార్కెట్‌లో మహరాజుగా చలామణి అవుతూనే ఉన్నాడు. కొత్తగా జర్నలిజం వృత్తి చేపట్టిన విలేఖరులు ఈ ముద్దాయిని సూపర్ ఛాంపియన్‌గా వర్ణించారు. ఒకటి రెండు పత్రికలు తమ పత్రికల్లో ఆర్థికాంశాలపై వ్యాసాలు, వ్యాఖ్యానాలు రాయమని కూడా ఆహ్వానించారు. ఈ కొత్త తరహా విలన్లు - క్షమించాలి - హీరోలు వెనకా ముందుగా సన్మానాలు, సత్కారాలు అందుకుంటూనే ఉన్నారు. ప్రజల్లో మతిమరుపు తీవ్రం కావటమే కాదు. పాతకాలపు నైతిక విలువలు కూడా కాలగర్భంలో కలిసిపోతూ ఉన్నాయి.

పైన చెప్పుకున్న విషయాలతోనే మొత్తం కథ పూర్తి కాలేదు. ఈ కథలో విదేశీ సంస్థాగత మదుపరుల పాత్ర ఇంకా ప్రస్తావించుకోవాల్సి ఉంది. కొన్ని పారిశ్రామిక కుటుంబాలపై వచ్చిన ఆరోపణలు నిరాధారమైనవేమీ కాదు. ఆయా ఆరోపణలను ఎదుర్కొంటున్న కంపెనీలు తమ ఏజెంట్లు ద్వారా షేరు ధరలను తప్పుడు పద్ధతుల్లో నియంత్రించాయన్న అనుమానాలు, అంచనాలు ఉన్నాయి. ఈ విధంగా మార్కెట్‌లో కొన్ని కంపెనీల షేరు ధరలు కంపెనీల వాస్తవ సామర్థ్యానికి మించి రేటు పలికేలా చేయటం ద్వారా ఆయా కంపెనీలు పెద్దఎత్తున లబ్ది పొందాయి. ఈ వివరాల్లో మరికొన్ని లోపాలున్నాయి. షేర్ మార్కెట్‌లో చోటుచేసుకుంటున్న లోపాలు, పొరపాట్ల గురించి పలువురు అధికారులు, ప్రభుత్వ విశ్లేషకులు పదే పదే జోక్యం చేసుకుంటున్నా విదేశీ సంస్థాగత మదుపరుల గురించి మాత్రం ప్రస్తావించలేదు. కళ్లముందు కనిపిస్తున్న తోలుబొమ్మలను ఆడించే తెరవెనుక సూత్రధారులు ఈ విదేశీ సంస్థాగత మదుపరులు కాదు అన్న విషయాన్ని మనం నిక్కచ్చిగా చెప్పుకోగలమా? ఈ విదేశీ మదుపరులు

తాము కొనదల్చుకున్న కంపెనీల షేరు ధరలు నామమాత్రంగా ఉండేలా చూడటంలో ముఖ్యమైన పాత్ర పోషించారనేందుకు అనేక ఆధారాలు, అవకాశాలు ఉన్నాయి. మళ్లీ అవే షేర్ల ధరలు అనూహ్య స్థాయికి వెళ్లేలా షేర్ మార్కెట్ గుర్రాలతో కుమ్మక్కై వ్యవహరించాయి. ఈ విధంగా సంపాదించిన భారీ లాభాలు విదేశాలకు తరలించబడ్డాయి. ఈ విధంగా తరలించటానికి వీలుగా రూపాయి మారకం విధానం ఉపయోగపడిందన్న విషయాన్ని మనం కాదనగలమా? రిజర్వు బ్యాంకు ఏటా నివేదికలు ఇస్తుంది. ఈ నివేదికల్లో స్థూలంగా వివరాలు అంకెల రూపంలో ఉన్నప్పటికీ విదేశీ మదుపరులు భారతదేశంలో సాగిస్తున్న వాణిజ్య లావాదేవీలు, షేర్ మార్కెట్ లావాదేవీల ద్వారా ఎంతెంత సంపాదించాయో మాత్రం తెలుసుకునేందుకు ఈ నివేదికలు ఉపయోగపడవు. ఈ వివరాలు సేకరించటం రిజర్వుబ్యాంకుకు పెద్ద పనేమీ కాదు. కానీ రిజర్వు బ్యాంకు అలాంటి పని చేయాల్సిన అవసరం లేదని ఎవరన్నా ఆదేశించారేమో తెలీదు కదా. మన మీద పెత్తనం చేసేవాళ్ల మీద పెత్తనం చేసేవాళ్లు కూడా ఉన్నారు.

- 12 మే, 2001

【7】

ప్రశ్నార్థకమవుతున్న రాజ్యాంగబద్ధ పాలన

న్యాయవ్యవస్థ ఈ మధ్య క్రియాశీలకంగా వ్యవహరిస్తోంది. సుప్రీంకోర్టు గాండ్రిస్తోంది. దేశంలో అనేక ప్రాంతాల్లో పస్తులుంటున్న పేదలందరికీ ఆహార ధాన్యాలు అందుబాటులోకి తేవాలని కేంద్ర రాష్ట్ర ప్రభుత్వాలను ఆదేశించింది. న్యాయస్థానాలు జడత్వంతో ఉండలేవు. ఎన్నో ఒత్తిళ్లకు గురవుతూ ఉంటాయి. పెద్ద సంఖ్యలో ప్రజా ప్రయోజన వ్యాజ్యాలు కోర్టుల్లో దాఖలయ్యాయి. పత్రికలు, టీవీల్లో వస్తున్న వార్తలను కూడా న్యాయస్థాయాలు గమనించి ఉంటాయి. ప్రజలు ఆకలిచావులకు గురవుతుంటే మరోవైపున ప్రభుత్వం షుమారు ఆరుకోట్ల టన్నుల ఆహార ధాన్యాలు నిల్వపోసి ఉంచింది. ఈ పరిస్థితి కుంభకోణాలను తలపించే పరిస్థితి అని సుప్రీం కోర్టు భావించింది. అందువల్లనే కేంద్ర ప్రభుత్వానికి రాష్ట్ర ప్రభుత్వాలు ఆహార ధాన్యాలు పేదలకు చేరేలా తక్షణ చర్యలు తీసుకోవాలని ఆదేశాలు జారీ చేసింది.

సుప్రీంకోర్టు ఉద్దేశ్యాలు మంచివే. ఈ రకమైన జోక్యం చట్టం, రాజ్యాంగం ప్రతిపాదించిన పరిమితుల్లోనే ఉందని కూడా చెప్పొచ్చు. కానీ దేన్నైనా విమర్శించే వాళ్లు ఎప్పుడూ ఉంటూనే ఉంటారు కదా. భారత రాజ్యాంగంలోని 19వ అధికరణంలో కొన్ని మౌలికమైన ప్రాథమిక హక్కుల గురించి ప్రస్తావిస్తోంది. అయితే ఈ అధికరణంలోని నిర్వచనంలో జీవించే హక్కు ఉచితంగా ఆహారం పొందే హక్కులు లేవు. 21వ అధికరణం జీవన భద్రత, వ్యక్తిగత స్వేచ్ఛల గురించి ప్రస్తావిస్తోంది : చట్టం ఆదేశించిన పద్ధతుల్లో మినహా మిగిలిన అన్ని సందర్భాల్లోనూ ఏ ఒక్క వ్యక్తికీ జీవన భద్రత హక్కు

నిరాకరించరాదని 21వ అధికరణం ఆదేశిస్తోంది. అది మరో సమస్య. ఆదేశిక సూత్రాల్లోకి వెళ్దాం. రాజ్యాంగంలో పొందుపర్చిన ఆదేశిక సూత్రాల్లో ఒక సూత్రం "తగినన్ని జీవనోపాధి మార్గాలు అందుబాటులో ఉంచాలని" చెప్తోంది. ప్రభుత్వాలు ఈ సూత్రాన్ని అంత ముఖ్యమైనదిగా ఎప్పుడూ పరిగణించలేదు. రాజ్యాంగం ఆమోదించిన పదేళ్లల్లో 14 ఏళ్ల వయసుకు లోబడిన పిల్లలందరికీ ఉచిత నిర్బంధ విద్యను అందుబాటులోకి తేవాలని మరో ఆదేశిక సూత్రంలో చెప్పుకున్నాము. ఈ సూత్రం కూడా ప్రభుత్వాల దయకు నోచుకోలేదు. జీవనోపాధి అవకాశాల విషయంలో కూడా పరిస్థితి అంతకన్నా భిన్నంగా ఏమీ లేదు. కాకపోతే వక్కాణింపులో మాత్రమే తేడా.

మానవత్వం ఉన్నంత మాత్రాన సరిపోతుందా? ఈ ప్రజాతంత్ర స్వేచ్ఛా భారతంలో ప్రజలు కడుపు నింపుకునే మార్గం లేక అసువులు బాస్తున్నారన్న వార్త విని న్యాయమూర్తుల హృదయం కరిగిపోయి ఉండొచ్చు. ప్రభుత్వాధికారులు తగు నివారణ చర్యలు తీసుకోవాలని ఆదేశించాలని న్యాయమూర్తుల మెదడు స్పందించి ఉండొచ్చు. రాజ్యాంగంలోని 282 అధికరణం కింద సుప్రీంకోర్టు కేంద్ర రాష్ట్ర ప్రభుత్వాల దృష్టినాకర్షించే ప్రయత్నం చేయటం పూర్తిగా రాజ్యాంగ సమ్మతమే. 282 అధికరణం : "ఏ ప్రజా ప్రయోజనం కోసమైనా కేంద్ర రాష్ట్ర ప్రభుత్వాలు ఏ నిధులనైనా వినియోగించవచ్చు. అటువంటి సందర్భాల్లో చట్టసభల ఆమోదం కోసం ఎదురు చూడాల్సిన అవసరంలేదు" అని చేప్తోంది.

న్యాయమూర్తుల మనసులో ఎటువంటి సందేహాలకు తావులేదు. 282 అధికరణం పరిధి చాలా విస్తృతమైనది. ఒక అవసరం ప్రజా ప్రయోజనమైనంత కాలమూ కేంద్ర ప్రభుత్వం కానీ రాష్ట్ర ప్రభుత్వం గానీ ఎంత పెద్ద మొత్తమైనా వెచ్చించటానికి సిద్ధం కావచ్చు. సదరు అవసరం ప్రజా ప్రయోజనమా కాదా అన్నది నిర్ధారించే హక్కు న్యాయవ్యవస్థకు ఉంది. ప్రస్తుతం ఉన్న పరిస్థితుల్లో ఆకలిగొన్న వారి కడుపు నింపటం నిస్సందేహంగా ప్రజా ప్రయోజనమేనని సర్వోన్నత న్యాయస్థానం భావించే అవకాశం ఉంది. అందువల్ల ప్రస్తుత సమస్య రాజ్యాంగంలోని 282 అధికరణం పరిధిలోకి వస్తుంది.

సుప్రీంకోర్టు మార్గదర్శకాల నేపథ్యంలో కేంద్ర ప్రభుత్వం ప్రధానమంత్రి రోజ్‌గార్ యోజన, అంత్యోదయ, అన్నపూర్ణ అన్న యోజన వంటి కడుపు నింపే కార్యక్రమాల పేరుతో పెద్ద ఎత్తున ఆహార ధాన్యాలను రాష్ట్ర ప్రభుత్వాలకు కేటాయిస్తుంది. ఇక్కడ

ఓ మెలిక ఉంది. ఏ రాష్ట్ర ప్రభుత్వం అయినా ఏ పథకాన్ని అయినా కేంద్ర ప్రభుత్వం నిర్దేశించిన మార్గదర్శకాల పరిధిలోనే అమలు చేయాలి. కొన్ని సందర్భాల్లో కేంద్ర ప్రభుత్వం విడుదల చేసిన ఆహారధాన్యాల విలువ ఎంత ఉందో రాష్ట్ర ప్రభుత్వం జారీ చేసిన రొక్కం విలువ కూడా అంతే సమానంగా ఉండాలి. రాష్ట్ర ప్రభుత్వాలు ముందునుండే భారీ లోటు బడ్జెట్ల భారంతో నలుగుతున్నాయి. ఆర్థిక సంఘాల సిఫార్సుల మేరకు పన్నుల్లో ఇస్తున్న వాటా రాష్ట్ర ప్రభుత్వాల అవసరాలకు తగినట్లుగా లేదని వాపోతున్నాయి. కేంద్రం నుండి వచ్చే రుణాలు కూడా అంతంత మాత్రంగా ఉన్నాయి. ప్రణాళిక సంఘం నుండి వచ్చే అభివృద్ధి నిధులు కూడా నామమాత్రంగానే ఉన్నాయి. వీటన్నింటినీ మించి రాష్ట్ర ప్రభుత్వాలు తమ వాటాకు మించిన నిధులు స్వీకరించటం పట్ల రిజర్వు బ్యాంకు తీవ్రమైన ఆంక్షలు విధిస్తోంది.

రాష్ట్ర ప్రభుత్వాలు రాతి గుండెలని కాదు. కానీ వాళ్లు మాత్రం చేయగలిగేదేముంది? నిధుల కొరత నేపథ్యంలో మళ్లీ కేంద్రాన్నే శరణు శరణు అంటారు. పనికి ఆహార పథకాల కింద రాష్ట్రాలు పెట్టిన మొత్తం ఖర్చును కేంద్ర ప్రభుత్వం తిరిగి చెల్లించాలి. కానీ ఈ చెల్లింపు విషయంలో కేంద్రానికి నిబద్ధత కొరవడిందని రాష్ట్రాలు వాపోతున్నాయి. ఒకవేళ చెల్లించినా ఎంతో కాలయాపన తర్వాత మాత్రమే చెల్లిస్తున్నారని విమర్శిస్తున్నారు. చివరకు పేదలను గుర్తించటానికి అవసరమైన సర్వేలు చేయటానికి కూడా నిధులు అవసరం. వీటన్నింటికీ మించి రాష్ట్ర ప్రభుత్వాలు రాజకీయంగా మనుగడ సాగించాలి. ఈ కొద్ది నిధులతో అనేకమందిని సంతృప్తి పెట్టాలి. నకనకలాడే కడుపులతో ఉన్న బక్కజీవులకు రాజకీయ పలుకుబడి ఉండదు. వాళ్ళ నోట మాట పాలకుల చెవికి చేరదు. ఆకలి నిండిన కడుపుల్లో నుండి ఆ కొద్దిపాటి గొంతు కూడా పెగలదు. చివరకు గొణుక్కోవటంగానే మిగిలిపోతుంది. సర్వోన్నత న్యాయస్థానం ఆదేశాలతో రాష్ట్ర ప్రభుత్వాల వెన్నులో వణుకు పుట్టే మాట వాస్తవమే అయినా బడ్జెట్ నిధుల వెచ్చింపు మార్గాలు ఈపాటికే నిర్ణయం కావటంతో అప్పటి వరకు వేర్వేరు అవసరాల కోసం కేటాయించిన నిధులు కొన్నింటిని తగ్గిస్తే తప్ప పనికి ఆహారం వంటి పథకాలు చేపట్టడం సాధ్యం కాదు. సుప్రీం కోర్టు నిర్ణయాన్ని అమలు చేయటం సాధ్యం కాదు. ఈ పరిస్థితుల్లో రాష్ట్ర ప్రభుత్వాలు తప్పనిసరిగా కాలయాపన చేస్తాయి.

కేంద్ర ప్రభుత్వానికి మరిన్ని తలనొప్పులుంటాయి. ఇటువంటి నిర్ణయం అమలు చేయటాన్ని ప్రపంచ వాణిజ్య సంస్థ తన డేగ కళ్లలో గమనిస్తూనే ఉంది. ప్రపంచ

వాణిజ్య సంస్థ అంటే అదేదో ప్రపంచ బ్యాంకులాగానో అంతర్జాతీయ ద్రవ్య నిధి సంస్థలానే కాదు. ప్రపంచ బ్యాంకు తన సభ్యులకు దీర్ఘకాలిక రుణాలు అందిస్తుంది. అయితే అటువంటి రుణాలు పొందాలంటే కొన్ని షరతులు వర్తిస్తాయనుకోండి. అంతర్జాతీయ ద్రవ్య నిధి సంస్థ అదే తరహాలో స్వల్పకాల వ్యవధితో ఉన్న రుణాలు మంజూరు చేస్తుంది. ఇక్కడ కూడా షరతులు షరా మామూలే. ఈ షరతులు అంగీకరించకపోతే ఈ రుణాల గురించిన ప్రస్తావనే లేదు. షరతులు అంగీకరించని దేశాలకు ప్రపంచ బ్యాంకు గానీ అంతర్జాతీయ ద్రవ్య నిధి సంస్థ గానీ అప్పులివ్వవు. ఆయా దేశాలు ప్రత్యామ్నాయ మార్గాలు వెతుక్కోవాల్సిందే. ఈ రెండు సంస్థలు తమ షరతులు అంగీకరించని దేశాల పట్ల కక్షసాధింపు చర్యలేవీ తీసుకోవు. గతంలో ఇచ్చిన బకాయిలు, వాటిపై వడ్డీలు చెల్లించకపోతే ఆయా దేశాలను ఈ సంస్థలు తమ జాబితా నుండి తొలగిస్తాయి అంతకు మించి ఏమీ జరగదు.

ప్రపంచ వాణిజ్య సంస్థతో ఉన్న సంబంధం పూర్తిగా భిన్నమైనది. మరింత సంక్లిష్టమైనది. మర్రకేష్ ఒప్పందంపై భారతదేశం సంతకం చేయటంతో ప్రపంచ వాణిజ్య సంస్థలో భాగస్వామిగా మారింది. ప్రపంచ వాణిజ్య సంస్థలో సభ్యత్వం అంటేనే అనేక షరతులు, బంధాలు, బంధనాలు తోడుగా ఉంటాయి. వీటన్నింటికీ ఆయా దేశాల బాధ్యతలు అని పేరు. ఆయా దేశాలు ఈ బాధ్యతల్లో దేన్ని నెరవేర్చకపోయినా నేరవేర్చలేకపోయినా ప్రపంచ వాణిజ్య సంస్థ ఏర్పాటు చేసిన క్రమశిక్షణా సంస్థలు పనిలోకి వస్తాయి. దారితప్పుతున్న దేశాలను దండిస్తాయి. దారిలోకి తెచ్చే ప్రయత్నం చేస్తాయి. ఉదాహరణకు ఒక దేశం ప్రపంచ వాణిజ్య సంస్థ నియమ నిబంధనలను నిరంతరం ఉల్లంఘిస్తుంటే అటువంటి దేశాలపై నష్ట నివారణ చర్యలు తీసుకునే అధికారం ఈ సంస్థకు ఉంటుంది. అటువంటి నష్ట నివారణ చర్యలు కొన్ని విధి విధానాలు పద్ధతులకు లోబడి ఉంటాయి. అయితే ఈ విధి విధానాలు, నియమ నిబంధనలు మౌలికంగా పేద దేశాల ప్రయోజనాలకు వ్యతిరేకమైనది. గాడి తప్పిన దేశం ఆర్థిక వ్యవస్థ దుర్భరమయ్యే విధంగా చేయగల శక్తి సామర్థ్యాలు అవకాశాలు, మార్గాలు ప్రపంచ వాణిజ్య సంస్థకున్నాయి. ఉదాహరణకు మిగిలిన సభ్య దేశాలు సదరు దేశాన్ని అంటరానిదిగా పరిగణించాలని ఆదేశించొచ్చు. సదరు దేశంతో వాణిజ్య సంబంధాలు నెరపరాదని ఆదేశించొచ్చు. ఎటువంటి ఆర్థిక లావాదేవీలు కొనసాగించరాదని ఆంక్షలు పెట్టొచ్చు. ఇదేమీ చిన్న విషయం కాదు. క్షుద్బాధతో ఉన్న ప్రజల కడుపు నింపటానికి దేశంలో

కుప్పలు పడి ఉన్న ఆహార ధాన్యాలు ఉచితంగా సరఫరా చేయమని సుప్రీం కోర్టు చెప్పటానికి కేవలం ఒక్క కలం పోటు సరిపోతుంది. కానీ ప్రపంచ వాణిజ్య సంస్థ లెక్కల్లో ఏ దేశమైనా ఆహారధాన్యాల ఉత్పత్తి పంపిణీలో రాయితీలు ఇవ్వాలంటే నిర్దిష్ట నిబంధనావళిని పాటించాలి. ఆహారధాన్యాల వాణిజ్యంలో ఏ రకమైన ప్రభుత్వపు జోక్యమైనా స్వేచ్ఛా వాణిజ్యానికి అవరోధాలేనన్నది వాణిజ్య సంస్థ అభిప్రాయం. నిర్నిరోధమైన స్వేచ్ఛా వాణిజ్యం ప్రపంచ వాణిజ్య సంస్థ యొక్క తాత్విక పునాది. అందువల్ల స్వేచ్ఛా వాణిజ్యానికి అవరోధంగా ఉండే ఏ పనీ ప్రభుత్వాలు చేయకూడదు. అది ఆకలిగొన్న కడుపులు నింపటమైనా సరే. వాణిజ్య సంస్థ నిబంధనల్లో ఇమిడేది కాదు. అందువల్ల ప్రభుత్వం సుప్రీంకోర్టు నిర్ణయాన్ని అమలు చేయాలంటే మరొ్రిమానంత అడ్డుగోడ వాణిజ్యసంస్థ రూపంలో నిలబడింది. ఆకలిగొన్న పేదలకు ఆహార ధాన్యాలు అందించమని సుప్రీం కోర్టు ఆదేశించొచ్చు. రాజ్యాంగంలోని 282 అధికరణం అటువంటి ఉచిత పంపిణీకి అవకాశం ఇవ్వొచ్చు. కానీ వాణిజ్య సంస్థ మాత్రం ససేమిరా అంటోంది. పనికి ఆహార పథకంలో రాష్ట్ర ప్రభుత్వాలు వెచ్చించాల్సిన రొక్కం కోసం రాష్ట్ర ప్రభుత్వాలు కేంద్రానికి ప్రత్యేక విజ్ఞప్తి చేయవచ్చు. కానీ వాణిజ్య సంస్థ దగ్గర మాత్రం సమస్య తలెత్తుతుంది. ప్రపంచ బ్యాంకు గానీ ద్రవ్యనిధి సంస్థ గానీ ఇటువంటి అదనపు వ్యయాన్ని ద్రవ్య లోటు పెంచే చర్యగా పరిగణించి ఆయా ప్రభుత్వాలకు మరిన్ని కఠినమైన షరతులు విధించే అవకాశం ఉంది.

అయితే ప్రభుత్వం ముందున్న సందిగ్ధం ఇదొక్కటే కాదు. ఇంతకన్నా పెద్ద సందిగ్ధం ఉంది. రాజ్యాంగంలో 282 అధికరణం ప్రజా ప్రయోజనం కోసం కేంద్ర రాష్ట్ర ప్రభుత్వాలు నిధులు వెచ్చించాలని ఆదేశిస్తుంది. ఒకవేళ మార్కెట్ శక్తుల సార్వభౌమత్వం, స్వేచ్ఛా వాణిజ్యం వంటి నూతన అవగాహనల నేపథ్యంలో అటువంటి ప్రజా ప్రయోజనం వ్యక్తిగత ప్రయోజనానికి భిన్నంగా ఉంటే ఏమి చేయాలి? ఇక్కడ దిక్కులు చూడాల్సిన అవసరం లేదు. సూటిగా చెప్పుకోవచ్చు. ఆహారధాన్యాలు ఉచితంగా పంపిణీ అయితే వ్యాపారస్తులు లాభాలకు అమ్ముకోవటానికి మార్కెట్ ఉండదు. స్వేచ్ఛా వాణిజ్యం అన్న సిద్ధాంతం అడుగు జారుతుంది. ఈ పరిస్థితుల్లో సుప్రీంకోర్టు ఆదేశించినట్లు అన్నార్తుల ఆకలి తీర్చటానికి కేంద్ర ప్రభుత్వం ఉచితంగా ఆహార ధాన్యాలు పంపిణీ చేస్తే ప్రపంచ వాణిజ్య సంస్థ షరతులను ఉల్లంఘించినట్లే అవుతుంది.

దీంతో అధికార యంత్రాంగం గందరగోళంలో పడింది. రాజ్యాంగంలో 282 అధికరణం ప్రకారం ఆహార ధాన్యాలు ఉచితంగా ప్రజలకు అందుబాటులో ఉంచాలని సుప్రీం కోర్టు కేంద్ర రాష్ట్ర ప్రభుత్వాలను ఆదేశించవచ్చు. కానీ ఈ ఆదేశాన్ని అమలు చేయాలంటే ప్రపంచ బ్యాంకు, అంతర్జాతీయ ద్రవ్య నిధి సంస్థ, ప్రపంచ వాణిజ్య సంస్థల ద్వారా నిర్దేశించబడిన అంతర్జాతీయ న్యాయ సూత్రాలను అమలు చేయటంలో ప్రభుత్వం విఫలమైనట్లు అవుతుంది. ఈ పరిస్థితుల్లో నిర్భాగ్యులైన ప్రభుత్వాలు ఏమి చేయగలవు? సర్వోత్తమ న్యాయస్థానం ఆదేశాలు అమలు చేసి న్యాయస్థానాల ఉల్లంఘనకు పాల్పడకుండా ఉండటమా, ప్రపంచ వాణిజ్య సంస్థ ఆదేశాలు అమలు నిరాకరించి ప్రపంచ మార్కెట్‌లో అంటరానివారిగా నిలవటమా?

గౌరవనీయులైన సుప్రీం కోర్టు న్యాయమూర్తి ఒకరు ఈ మధ్య ప్రజాదరణ కంటే రాజ్యాంగపాలనే ముఖ్యమని అభిప్రాయపడ్డారు. అదంతా బాగానే ఉంది. కానీ రాజ్యాంగం ప్రపంచ వాణిజ్య సంస్థ కంటే గొప్పదా? ఇది అర్థం చేసుకోవటం నారికేళపాకం వంటిదే. అధికారులు తమంతట తాము అర్థం చేసుకుని అడుగు ముందుకేసేందుకు సిద్ధంగా లేరు. అందువల్లనే ఒరిస్సాలో చోటు చేసుకుంటున్న మరణాలు ఆహార ధాన్యాలు అందుబాటులో లేకపోవటంతో జరుగుతున్న ఆకలి చావులు కాదనీ, ఆయా ప్రాంతాల్లో ఆహారం విషపూరితం కావటం వల్లనేననీ వాదించేందుకు ప్రభుత్వం సిద్ధమవుతోంది. సర్వోత్తమ న్యాయస్థానం ఈ వాదనను అంగీకరిస్తుందా? అంగీకరిస్తే తన ఆదేశాలు ఉపసంహరించుకుని అంతర్జాతీయ వాణిజ్య సంస్థ కొరడా నుండి భారత ప్రభుత్వాన్ని బతికి బయటపడే మార్గం చూపించాలి. ఇది సుప్రీం కోర్టు తన హృదయాన్ని కరిగించుకోవాల్సిన సరైన సమయం.

- 29 సెప్టెంబరు, 2001

8

నీడల యుద్ధం

నీడలు తమతో తాము యుద్ధాలు చేసుకోవు. అందుకు అవకాశం కూడా ఉండదు. అందుకే అందరూ ఊహించినట్లు యుద్ధం జరగబోవటం లేదు. అయితే ఇక్కడ విషయం యుద్ధం జరుగుతుందా లేదా అన్నది కాదు. యుద్ధం కోసం కత్తులు నూరుతున్న సమయం వ్యక్తులను అంచనా వేయటానికి ఓ సరైన సందర్భం. చట్టసభలు ఆమోదించిన తర్వాత అడుగు ముందుకేసే పద్ధతి నుండి అడుగు ముందుకేయటమా లేదా అన్నది చట్టసభలతో నిమిత్తం లేకుండా ప్రజా ప్రతినిధులతో నిమిత్తం లేకుండా నిర్ణయం తీసుకునేందుకు కావల్సిన సాకులు సిద్ధం చేయబడ్డాయి. ఒకసారి ఉన్నత బాధ్యతల్లో ఉన్న వాళ్ళు చట్టసభలతో నిమిత్తం లేకుండా నిర్ణయాలు తీసుకున్న తర్వాత దిగువన ఉన్న వాళ్ళు వాటిని పునరావృతం చేస్తూ పోతారు. యుద్ధోన్మాద వాతావరణంలోకి వచ్చాక నిన్ను నన్ను అందరినీ మారుమాట లేకుండా ఉరితీయటానికి కూడా కావల్సిన అధికారాలు కార్యనిర్వాహక వర్గానికి కట్టబెట్టే విధంగా పరిస్థితులున్నాయి. పనిలో పనిగా యుద్ధం పేరుతో మరోసారి మనందరిమీద అదనపు పన్నుల మోత మోగించటానికి కూడా ఆదేశాలు సిద్ధమయ్యాయి. అమెరికా స్వాతంత్ర్యోద్యమ పోరాట నినాదం "ప్రాతినిధ్యం లేనిదే పన్ను లేదు" పక్కకు నెట్టబడింది. ఈ స్పష్టతలో చిన్న మతలబు కూడా ఉంది. ప్రతినిధులు ఉంటారు కానీ కొత్త పన్నుల ప్రతిపాదనలు వచ్చినప్పుడు వారి ఆమోదంతో పని లేకుండా పన్నులు విధించే చాకచక్యం సిద్ధంగా ఉంది. ఇష్టం వచ్చినట్లు పన్నుల రేట్లు నిర్ధారించే అవకాశం, ఎక్సైజ్ సుంకాలు పెంచే అధికారం,

తగ్గించే అధికారం, పేదలపై పన్నుల భారం పెంచి సంపన్నులపై తగ్గించే విచక్షణాధికారం తమ స్వంతమని భావించే రోజులు ఇవి. కంపెనీలపై విధించే పన్నులు భారీగా తగ్గించాలని కోరుతూ వాణిజ్య మండళ్ల సమాఖ్య ఇప్పటికే వినతి పత్రాలు సమర్పించింది. ప్రస్తుత పరిస్థితుల్లో ప్రైవేట్ పెట్టుబడిదారుల ఆకాంక్షలు ప్రభుత్వానికి చట్టం కంటే ఎక్కువ.

ఇక్కడ మనం ఫిర్యాదు చేసి ఉపయోగం లేదు. సరళీకరణ అంటేనే ప్రభుత్వం పాత్ర తగ్గిపోవటం, ప్రైవేట్ పెట్టుబడి పాత్ర పెరుగుతూ పోవటం. అయినప్పటికీ ప్రభుత్వం ఇంకా హంగు అర్భాటాలు ప్రదర్శిస్తుంది సరళీకరణ అంటే అది కేవలం ప్రైవేటు పెట్టుబడి ప్రయోజనాలు సురక్షితం చేసేందుకు కావల్సిన యంత్రాంగాన్ని సిద్ధం చేయటం, ప్రభుత్వంపై ప్రైవేట్ పెట్టుబడి పెత్తనాన్ని కొనసాగించటమే తప్ప మరోటి కాదు. ఏది ఏమైనా ద్రవ్య విధానం, వడ్డీ రేట్ల విధానం నిర్ణయించే అధికారాన్ని చాలాకాలం క్రితమే చట్టసభలు, ప్రభుత్వం చేతుల్లో నుండి లాగేసుకున్నారు. ద్రవ్య నిర్వహణ, ఆర్థిక నిర్వహణ మధ్య ఉన్న తేడా కేవలం అధిభౌతికమైనదే. బ్యాంకు పరపతిలో ఏ తరగతికి ఎంత మోతాదు అందాలో, ఎంత వడ్డీకి అందాలో ఏ విధంగా పంపిణీ జరగాలో చెప్పేది ద్రవ్య విధానం. బ్యాంకు రుణాలు కొనుగోలు శక్తి లాంటివే. అధికారులు పార్లమెంట్‌తో నిమిత్తం లేకుండా పరపతి విధానం తీరుతెన్నులు నిర్ధారిస్తున్నపుడు పన్నుల నిర్ధారణకు మాత్రం చట్టసభల ఆమోదం ఎందుకు? సిద్ధాంతవేత్తలు ఈ విషయాన్ని ఆలోచించాలి!

యుద్ధోన్మాదంతో మరో ప్రయోజనం కూడా ఉంది. ఉదార విద్య పరిధి విస్తరిస్తుంది. ప్రజాదరణ పేరుతో ప్రజాస్వామ్యాన్ని వృధా చేస్తున్న వాస్తవాన్ని మనం గుర్తించేలా చేస్తుంది. అమెరికా ఆధిపత్యం కొనసాగుతున్న శతాబ్దంలో అమెరికా ప్రమాణాలే మన ప్రమాణాలు. లాటిన్ అమెరికాలో సైనిక నియంతల సరసన కూర్చోవటానికి అమెరికా సంతోషంగానే సిద్ధమైంది. అటువంటి కారణాలతోనే పాకిస్తాన్‌లో కూడా సైనిక నియంతృత్వాన్ని సమర్ధిస్తోంది అమెరికా. భారతదేశం అమెరికా ప్రాపకం కోసం పాకిస్తాన్‌తో పోటీ పడాల్సి వస్తోంది. అందుకే నిరంకుశత్వం వైపు భారత ప్రభుత్వం కూడా మొగ్గు చూపుతూ వస్తోంది. రోమ్‌లో ఉన్నపుడు రోమన్లలాగా వ్యవహరించాలి. అమెరికాను ఆరాధిస్తున్నప్పుడు అమెరికా విలువలనూ ఆరాధించాలి. ఈ లక్ష్యం దిశగా భారత ప్రభుత్వాలు అడుగులేయటం మొదలైంది. తనను తాను రక్షణ మంత్రిగా

చెప్పుకుంటున్న ఓ వ్యక్తి పార్లమెంట్‌లో తన పని తాను చేయలేకపోతున్నాడు. అయినా ఆయనే దేశానికి రక్షణ మంత్రి.

అటువంటి సమతౌల్యరాహిత్యానికి కూడా నేర్పు ఉండాలి. ఎంతో నేర్చుకోవాలి. ఈ విషయంలో పాకిస్తాన్ మనకంటే 50 ఏళ్లు ముందుంది. స్థిరమైన ప్రభుత్వాన్ని ఏర్పాటు చేయటం నేటికీ సవాలుగానే ఉంది. మన మంత్రులకు, ఉద్యోగులకు, సైన్యాధికారులకు అమెరికాను ఆరాధించే కళలో శిక్షణ ఇచ్చేందుకు అమెరికా సిద్ధమవుతోంది.

ముగింపు స్పష్టంగానే ఉంది. కాశ్మీర్‌పై ఆశలు వదులుకున్నట్లే. మనం కాదనలేని తార్కిక నిర్మాణం ఒకటుంది. పాకిస్తాన్ ప్రేరేపిత సీమాంతర ఉగ్రవాదుల దాడుల నుండి మనలను మనం కాపాడుకోవటానికి భారత ప్రధాని అమెరికా అధ్యక్షుడితో కుదుర్చుకున్న సంధి గురించి ప్రకటిస్తాడు. ఆయన ఆరోగ్య స్థితిని పరిగణనలోకి తీసుకున్నపుడు అంత సజావుగా ఏమీ లేదు. దాంతో దేశీయ వ్యవహారాల శాఖ మంత్రి హుటాహుటిన వాషింగ్టన్ పరిగెత్తి అమెరికా ప్రభుత్వంతో మంతనాలాడతారు. కాశ్మీర్ సరిహద్దు వెంబడి పాకిస్తాన్ ఎక్కువతక్కువలు చేయొద్దని ఆదేశించాలని కోరతారు. అమెరికా హామీ ఇస్తుంది. పాకిస్తాన్‌కు గతిలేదు కాబట్టి అమెరికా చెప్పింది వినాలి. వింటుంది. మరో గడప తొక్కటానికి పాకిస్తాన్‌కు అవకాశం లేదు. తన నమ్మిన బంట్లకు అత్యంత ప్రాధాన్యత ఇవ్వాలన్న సూత్రాన్ని నమ్ముతుంది అమెరికా. నమ్మిన బంట్లలో ఎవ్వరూ ఎవ్వరికీ తీసిపోరు.

నమ్మిన బంట్లకు న్యాయం చేయటానికి అమెరికా అధ్యక్షుడు జార్జి బుష్‌కు ఎటువంటి అవరోధమూ ఉండదు. కాశ్మీర్ విషయంలో ఏదో ఒక బహుమతి సాధ్యమైనంత త్వరగా అప్పగించాలని పాకిస్తాన్ జనరల్ ఆశిస్తున్నాడు.

ప్రస్తుత పరిస్థితుల్లో హేతుబద్ధ ఆకాంక్షలకు శెలవుచీటి ఎవ్వరూ ఇవ్వటం లేదు. మనసు పెట్టి చూడండి. అమెరికా పాలకులు నిజంగానే గుంటనక్కలాంటి వాళ్ళు. మరోసారి పరిణామాలు వాళ్ల దృష్టికోణం నుండి చూస్తే వాటి మధ్య ఉన్న తేడాలు కూడా అధిభౌతికమైనవే. కాశ్మీర్‌లో పాకిస్తాన్ ప్రేరేపిత ఉగ్రవాదులు ఏమి చేస్తున్నారో తెలుసుకోవటానికి పాకిస్తాన్ ప్రభుత్వం ఉగ్రవాదుల మధ్య జరిగే సంభాషణలు రహస్యంగా వినాలని కోరినప్పుడు మొత్తం కాశ్మీర్ సమస్యను సమూలంగా పరిష్కరించే బాధ్యత అమెరికా నెత్తిన పెట్టొచ్చు కదా. కాశ్మీర్ సమస్యను శాశ్వతంగా పరిష్కరించాలంటే కాశ్మీర్ లోయలో నివసిస్తున్న ప్రజలకు స్వయం నిర్ణయాధికారం ఇవ్వటమే. భారతదేశంలో

ప్రతిపక్ష పార్టీలు ఏమనుకున్నా అమెరికా రూపంలో కాశ్మీర్ వివాదంలో మూడో పక్షం జోక్యం ఈపాటికే మొదలైంది. భారతీయ జనతా పార్టీ నేతృత్వంలోని ప్రభుత్వం పూర్తిగా అమెరికా ముందు మోకరిల్లింది. మొఖం నవ్వులు పులుముకున్నా శరీరం మాత్రం మసిబూసుకున్నది. అమెరికా విదేశాంగ శాఖ మంత్రి నిముషం కూడా తీరిక లేని వ్యక్తి. భారత ఉపఖండంలో ఆయన పర్యటిస్తోంది ఇక్కడి వాతావరణం ఎలా ఉందో చూడటానికి కాదు. కాశ్మీర్ సమస్యపై ఓ ఒప్పందం కుదుర్చుకోవటం కోసమే వస్తున్నారు. ఈ విషయం అర్థం కావల్సిన వారికి ఎప్పుడో అర్థమైంది. పత్రికా సంపాదకులకు కూడా తెలుసు. వాళ్ల చేతుల్లో ఉన్న రొట్టె ముక్కకు ఎటువైపు వెన్న పూసి ఉందో కూడా వాళ్లకు తెలుసు. ఈ పరిస్థితుల్లో భారతదేశం ముందున్న ప్రత్యామ్నాయం ఒక్కటే. రానున్న అసెంబ్లీ ఎన్నికలు పూర్తయ్యే వరకూ ఈ ఒప్పందం వివరాలు బహిర్గతం కాకుండా చూడాలన్న కోరికకు పరిమితం కావటం ఒక్కటే ఆ ప్రత్యామ్నాయం.

పాకిస్తాన్‌ను సృష్టించటం, తద్వారా ముస్లిం వ్యతిరేకత రెచ్చగొట్టే మార్గాన్ని సిద్ధం చేసుకోవటం అన్నది నిజంగా గొప్ప ఆలోచన. రానున్న శాసనసభ ఎన్నికల ఫలితాలపై కేంద్ర ప్రభుత్వ మనుగడ ఆధారపడి ఉంటుంది. భారతీయ జనతా పార్టీ ఓడిపోతే జాతీయ ప్రజాస్వామిక కూటమి (ఎన్డీయే) పేరుతో చెలామణి అవుతున్న పడవలో ప్రయాణీకులుగా ఉన్న పార్టీలు ఒక్కక్కటే బిజెపిని వీడిపోవటానికి పరుగులెత్తుతాయి. తెహెల్కా ముందుకు తెచ్చిన శవపేటికల కుంభకోణం ప్రభావాన్ని మరుగుపర్చటానికి కూడా పాకిస్తాన్ వ్యతిరేకత రెచ్చగొట్టడం బిజెపికి అనివార్యమైన అవసరంగా మారుతుంది. అయితే వ్యూహాత్మక ప్రతిపాదనల రెండో పార్శ్వం ఏమిటన్నది గుర్తించటం మనం చర్చించుకున్నంత తేలిక కాదు. ప్రపంచీకరించబడిన ఈ ఏర్పాట్లలో ఉన్న దుర్గతి అది. దేశీయ ప్రయోజనాన్ని సాధించుకోవటానికి కూడా ఎక్కడో దూరంగా విదేశాల్లో ఉన్న మామలకు అర్జీ పెట్టుకోవాల్సి వస్తుంది. ఈ ప్రయత్నాలన్నింటి వెనక ఉన్న లక్ష్యం స్పష్టమే. యుద్ధోన్మాదాన్ని పెంచి పోషించి దాని నీడన రాజకీయ ప్రయోజనాలు సాధించుకోవటం. ప్రయోజనాలు నెరవేరాక చివరకు యుద్ధాన్ని నిలువరించిన ధీరులుగా ఫోజు పెట్టడం. ఇలా చేయటానికి అద్భుతమైన నైపుణ్యం కావాలి. అంతేకాదు. మన చేయి పట్టుకుని నడిపించటానికి ఓ మహత్తర శక్తి కూడా కావాలి. నిజమే. ప్రపంచ అగ్రరాజ్యం మన చేయి పట్టుకుంది. పక్కవాడి చేయి కూడా పట్టుకుంది. అగ్రరాజ్యం అందించే శాంతి అందరికీ సమానంగానే అందాలి కదా. అమెరికాకు మరో అదనపు లక్ష్యం కూడా ఉంది. అణ్వాయుధాలు చేతబట్టుకున్న ఈ రెండు తోలుబొమ్మలు

ఎడ్డెం అంటే తెడ్డెం అన్నా జరిగేది పెను ప్రమాదమే. అటువంటి పరిస్థితి రాదు అని అమెరికా నిక్కచ్చిగా చెప్పలేకపోతోంది. మరోవైపున ఇద్దరు తైనాతీలు విదేశాల నుండి పెద్దఎత్తున ఆయుధాలు కొనుగోలు చేయటానికి పోటీ పడుతున్నారు. ఇవన్నీ కేవలం అమ్మకందార్ల లాభాల కోసమే. అమెరికా ఆర్థిక వ్యవస్థలో ఉన్న సంక్షోభాన్ని అధిగమించటానికి ఉపయోగపడేవి మాత్రమే.

ఏది ఏమైనా కాశ్మీర్‌లో పరిణామాలు ఆందోళనకరంగానే ఉన్నాయి. ఈ పరిస్థితి నుండి బయటపడాలంటే మార్గం మరోచోట ఉంది. భారతదేశం కూడా సమస్యాత్మక దేశమవుతోంది. ఈ దేశంలో ఉన్న వైవిధ్యం ఎంత గొప్పదంటే చివరకు అగ్రరాజ్యం కూడా మన దేశాన్ని ఈ వైవిధ్యాన్ని దారిలో పెట్టడం సాధ్యం కాదు. ఈ దేశంలో కొందరు దేశాన్ని అమెరికాకు 51వ లేదా 52వ లేదా 53 సామంతరాజ్యంగా మార్చాలని ఉవ్విళ్లూరుతున్నారు. కానీ మిగిలిన దేశం భిన్నాభిప్రాయంతో ఉంది. అమెరికా, ఈ దేశంలోని దాని తొత్తులు దళారులు పొరపాటు పడినా కాశ్మీర్ ప్రశ్నార్థకంగా మిగిలిపోతుంది. దేశమంతటా వేల వేల తిరుగుబాట్లు మొదలవుతాయి. ఈ తిరుగుబాట్ల ముందు కాశ్మీర్‌లోనో ఈశాన్య భారతంలోనో జరుగుతున్న అల్లర్లు సముద్రంలో కాకిరెట్టంత చిన్నవవుతాయి.

సాధారణంగా మనిషన్నవాడు అడుగు ముందుకేసేటప్పుడు చూసుకోడు. భారతీయ గూఢచారులు కూడా అంతకంటే అధ్వాన్నంగా ఉంటారు. దాంతో ఇబ్బంది పడతారు. ఈ పరిస్థితుల్లో ఆత్మ సంతృప్తి కోసం గీత బోధనల వైపు చూస్తారు. ఫలితాన్ని ఆశించొద్దు. చెప్పిన పని చేసుకుంటూ పో అంటోంది గీత.

- 2 ఫిబ్రవరి, 2002

9

పామరుని ప్రశ్నలు

పామరులతో సమాజానికి ఎప్పుడూ తలనొప్పే. వాళ్లడిగే ప్రశ్నలు అలవలు చిలవలుగా ఉంటాయి. అప్పుడప్పుడూ ఊపిరి సలపని స్థాయిలో ఉంటాయి. అటువంటి పామరుడు ఓ లేఖ రాశాడు. ఆ లేఖ సారాంశం ఇలా ఉంది:

అయ్యా, కేంద్ర ప్రభుత్వానికి నికరమైన ఆదాయం తెచ్చి పెట్టే మార్గాల్లోనూ తక్షణ ప్రాధాన్యత కలిగిన స్వల్పకాల, దీర్ఘకాల అభివృద్ధి ప్రాజెక్టులకూ అవసరమైన ఖర్చును సమకూర్చుకునేందుకు కేంద్ర ప్రభుత్వం వద్ద అవసరానికి మించి ఉన్న విదేశీ మారక ద్రవ్యాన్ని ఎందుకు వాడుకోలేకపోతున్నాము? విదేశీ మారకద్రవ్య నిల్వలకు సంబంధించి ప్రభుత్వం ప్రకటించిన వివరాలన్నీ అక్షర సత్యాలనేననీ, ఆ మేరకు నిధులు రిజర్వు బ్యాంకు వద్ద ఉన్నాయనీ భావించి ఈ ప్రశ్న లేవనెత్తుతున్నాను. ఈ విధంగా పోగు పడ్డ విదేశీ మారకద్రవ్యాన్ని ఖర్చు పెట్టడానికి అవసరమైన స్పష్టమైన కఠినమైన విధి విధానాలు రూపొందించాల్సిన అవసరం ఉందని భావిస్తున్నాను. కానీ ప్రభుత్వం ఈ నిధులను కొద్ది మంది అర్హత కలిగిన (?) పారిశ్రామికవేత్తలు విదేశాల్లో కంపెనీలు కొనుగోలు చేయటానికి అనుమతించబోతోందని చదివాను. ఈ నిర్ణయం తీసుకోబోయే ముందు మన దేశం ఎగుమతుల ద్వారా సంపాదించే విదేశీ మారకద్రవ్యం కంటే దిగుమతుల ద్వారా ఖర్చు పెట్టే విదేశీ మారకద్రవ్యం మోతాదు ఎక్కువగా ఉందన్న విషయాన్ని ప్రభుత్వం గమనంలోకి తీసుకొంటుందని ఆశిస్తున్నాను. ఈ నిధులు తాత్కాలికంగా దేశీయంగా ఉపాధి, జాతీయోత్పత్తి పెంపొందించే విధంగా ఇనుము ఉక్కు, ఇతర మౌలిక వసతులు ఆధునీకరించేందుకు వినియోగించటం మరింత అర్థవంతంగా ఉంటుంది.”

ఈ లేఖను యధాతథంగా ఇచ్చాము. కుదించలేదు. గోదాముల్లో మూలుగుతున్న ఆహారధాన్యాలతో దేశంలో ఆకలిగొన్న మూడోవంతు కడుపులను నింపటానికో, పనికి ఆహార పథకం ద్వారా అభివృద్ధి పనులు అమలు చేయటానికో ఎందుకు ప్రయత్నం చేయటం లేదు అన్న ప్రశ్నలాంటిదే. ఈ ప్రశ్నలకు సమాధానం వెతకటమంటే ఆర్థిక పరిజ్ఞానంలో ఆకాశమంత ఎత్తుకు ఎదగటమే. మేధావులైన ఆర్థికవేత్తలు, రాజకీయనాయకులు, పరిపాలనా దక్షులకు ఈ ప్రశ్నలకు సమాధానాలు తెలుసు. కానీ సమస్య మరోచోట దాగి ఉంది. కనీస ఇంగితం కూడా లేని అత్యంత ప్రాథమికమైన అమిత మేధావులైన పామరుల ప్రయోజనాలు తీర్చేందుకు ఈ వనరులు వెచ్చించటం ఎలా అన్న విషయాలకు ఈ మేధావులందరూ పరిమితమయ్యారు.

ప్రభుత్వ పరిభాషలో రెండు ముక్కలు రాసేసి పై లేఖ రాసిన పెద్దమనిషికి సమాధానం చెప్పొచ్చు. గేటు బయట వేచి ఉన్న వారి ప్రయోజనాలకే తాము పెద్ద పీట వేస్తున్నామని ఒక మాట చెప్పేయొచ్చు. నిరుపయోగంగా పడి ఉన్న విదేశీ మారకద్రవ్య నిల్వలు ఒక సామాజిక ప్రయోజనాన్ని నెరవేరుస్తున్నాయి. ఈ నిల్వలన్నీ రెండు మార్గాల్లో పోగుపడ్డాయి. మొదటి మార్గం : విదేశీ సంస్థాగత పెట్టుబడిదారులు మన స్టాక్ మార్కెట్లలో స్వల్పకాలిక లాభాలు ఆశించి పెట్టిన పెట్టుబడులు, రెండో మార్గం : దేశీయ బ్యాంకుల్లో వచ్చే అధిక వడ్డీల కోసం ప్రవాస భారతీయులు నిల్వ వేసుకున్న రొక్కం. ఈ రెండు మార్గాల్లో వచ్చే పెట్టుడులు అసలు వడ్డీ కలిసి మళ్లీ విదేశాలకే ప్రయాణమవుతాయి. సాధారణ పరిస్థితుల్లోనైతే ఈ నిధులు ఖర్చుపెట్టకూడదు. ఆస్తులు అప్పులు కూడా తెచ్చి పెడతాయి. మన దేశపు ఖాతాలో పోగుపడే విదేశీ మారకద్రవ్య నిల్వలు ఒకరకంగా విదేశీ మదుపరులకు రక్షణ కవచచాలుగా పని చేస్తాయి. ఏ దేశంలో ఎంత పెద్ద మొత్తంలో విదేశీ మారకద్రవ్యం నిల్వ ఉందో ఆయా దేశాల్లో విదేశీ మదుపరుల ప్రయోజనాలు సురక్షితంగా ఉంటాయని చెప్పటానికి ఈ నిల్వల గురించి లెక్కలు ప్రభుత్వాలు అప్పుడప్పుడూ బహిర్గతపరుస్తూ ఉంటాయి. ఏ కారణం వల్లనైనా ఒక దేశం దివాళా తీస్తే లేదా దివాళా తీస్తుందని అనుమానం వస్తే ఈ దేశంలో డబ్బు నిల్వ ఉంచుకున్న విదేశీ మదుపుదారులు తమ సొమ్ము తరలించే ప్రయత్నం చేస్తారు. అటువంటప్పుడు విదేశీ మదుపరులు తక్షణం చూసేది విదేశీ మారకద్రవ్యం వైపే. అటువంటి వాళ్లకు చెల్లింపులు చేయటానికి ఈ నిధులే ఏకైక వనరుగా అక్కరకొస్తాయి.

ఈ రకంగా చూసుకున్నపుడు విదేశీ మారక నిల్వలు దేశీయ అవసరాలు తీర్చటానికి ఉద్దేశించినవి కానేకాదు. విదేశీయులు, ప్రవాస భారతీయుల ద్వారా

ఈ దేశంలో ఆర్థిక లావాదేవీల మోతాదుకు ఈ నిల్వలు గుర్తు మాత్రమే. వీరంతా మనకు అత్యంత గౌరవించదగ్గ అతిథులు. వీరికి ఎటువంటి భయాందోళనలు లేకుండా చూసుకోవటం మన విధి. రిజర్వు బ్యాంకు వద్ద పోగుపడిన విదేశీ మారక నిల్వలు ఈ బృహత్కర్తవ్యాన్ని పూర్తి చేసే సాధనాలు.

ఆహారధాన్యాల నిల్వలకు కూడా ఇదే రకమైన సూత్రీకరణ, సిద్ధాంతం వర్తిస్తుంది. భారీ ఎత్తున గోదాముల్లో పోగుపడ్డ ఆహారధాన్యాలు ఆగ్నేయ భారతంలోని భూస్వాములు, ధనిక రైతాంగానికి ఇచ్చే హామీలు. తాము పండించిందంతా ప్రభుత్వం కొనుగోలు చేసి గోదాముల్లో నిల్వ వేస్తుందన్న విషయంలో వారికి ఎటువంటి సందేహమూ అక్కర్లేదు. ఉండకూడదు. ఇటువంటి ఏర్పాటు వ్యవసాయరంగంలో తిమింగలం వంటి వాళ్లకు ఊరట కల్పించే ప్రయత్నం. దిగుబడి మోతాదు, నాణ్యతలతో నిమిత్తం లేకుండా యావత్తు దిగుబడులను ప్రభుత్వానికి అప్పగించేసి చేతులు దులుపుకోవచ్చన్న ధీమా కల్పించే ప్రయత్నమే ఈ లెవీ ధాన్యం సేకరణ. వ్యవసాయ రంగంలో ఉత్పత్తి, ఉత్పాదకత పెరగటం అంటే గ్రామీణ ప్రాంతంలో కండబలిసిన తరగతికి లాభాలు గ్యారంటీ చేయటమే. ఈ డొంక తిరుగుడంతా పక్కన పెట్టి నిజాన్ని ఒప్పుకుందాం. ఈ ప్రభుత్వం సంపన్నుల కోసం, సంపన్నుల చేత నడుపబడుతున్న సంపన్నుల ప్రభుత్వం. ఆకలిగొన్న వారికి అన్నం పెట్టడానికి ఉద్దేశించినవి కాదు ఈ గోదాముల్లోని ఆహార ధాన్యాలు. ధనిక రైతాంగానికి లాభాలు గ్యారంటీ చేయటమే లెవీ ధాన్యం సేకరణ లక్ష్యం. పేదలు మాత్రం వారి ఆకలి వారే తీర్చుకోవాలి. ఆర్బీఐ వద్ద పోగుపడుతున్న విదేశీ మారకద్రవ్యం వంక ఈ దేశపు అభివృద్ధి కోరుకుంటున్నవారు ఆశగా చూడటానికి వీల్లేనట్లుగానే అర్థాకలితో నకనకలాడుతున్న వాళ్లు గోదాముల్లో మూలుగుతున్న ధాన్యం వంక ఆశగా చూడటానికి వీల్లేదు.

ఈ విషయానికి సంబంధించి మరింత వివరణ ఇవ్వటం అవసరమని భావిస్తున్నాను. విదేశీ మారక నిల్వల గురించి ఆర్బీఐ రోజువారీ విడుదల చేసే వివరాలన్నీ ఏ రోజుకారోజు దేశం లోపలికి వస్తున్న బయటికి వెళ్తున్న నిధుల వివరాలు మాత్రమే తెలియచేస్తాయి. ఈ విధంగా విడుదల చేసే ప్రకటనల ద్వారా విదేశీ ప్రయోజనాలకు భారతదేశంలో పెద్ద పీట వేస్తాము అన్న విషయాన్ని టముకు వేయటమే తప్ప మరోటి కాదు. ఈ రోజు వారీ వచ్చి పోయే విదేశీ మారక నిల్వలు తేనెటీగలను ఆకర్షించేందుకు

పువ్వులు వెదజల్లే మకరందం లాంటివి. ఈ మకరందాన్ని ఆస్వాదించటానికి తేనెటీగలు వచ్చినట్లే ఈ దేశంలో ఆర్థిక లావాదేవీల ద్వారా లాభాలు తరలించుకుపోవటానికి విదేశీ ప్రత్యక్ష పెట్టుబడిదారులు వస్తారు. భారతదేశంలో చెప్పుకోదగ్గ స్థాయిలో విదేశీ మారక నిల్వలున్నప్పటికీ విదేశీ ప్రత్యక్ష పెట్టుబడులు ఏమీ ఉప్పెన లాగా వచ్చి పడలేదు. ఇక్కడ కూడా ఆహార ధాన్యాలకు ఇచ్చిన వివరణే వర్తింపచేసుకోవచ్చు. ఒకవైపున గోదాముల్లో ఆహారధాన్యాల నిల్వలు మూలుగుతున్నా పేదలు మాత్రం ఈ ఆహారధాన్యాలు కొనుక్కునేంతగా సంపాదించుకోవాలన్న సూత్రం పని చేస్తున్నట్లుగానే విదేశీ మారక నిల్వలు ఎంతగా పోగుపడ్డా ఆయా ప్రభుత్వాలు ప్రత్యక్ష పెట్టుబడులను సంపాదించటానికి కావల్సినన్ని కష్టాలూ పడాలని మార్కెట్ చెప్తోంది. ఏ కారణాల రీత్యానైనా మార్కెట్‌లో పలికే ధరలు చెల్లించలేక పేదలు ఆహారధాన్యాలు కొనుక్కోలేకపోతే వేలాదిమంది చనిపోతారు. మార్కెట్ వైఫల్యానికి ప్రభుత్వాన్ని నిందించి ప్రయోజనం లేదు. ఆకలిగొన్నవారి ఆకలి తీర్చటం మార్కెట్‌కు ప్రథమ ప్రాధాన్యత కాదు. ఆఖరి ప్రయత్నంగా మాత్రమే మార్కెట్ దృష్టిలో ఉంటుంది. అంతమాత్రాన పేదలు గౌణుక్కోకూడదు. మార్కెట్ పట్ల వ్యతిరేకత పెంచుకోకూడదు. ప్రపంచ వాణిజ్య సంస్థ కనుసన్నల్లో నడుస్తున్న ప్రపంచీకరణ ద్వారా సామాన్యప్రజలకు అందుబాటులోకి వస్తున్న అవకాశాలను వినియోగించుకునేందుకు ప్రయత్నం చేయాలి. మార్కెట్ ధరలు చెల్లించి ఆహారధాన్యాలు కొనుగోలు చేసే శక్తి సంపాదించుకోవాలి. ఆదాయం సంపాదించుకోవాలి. అంతే కానీ ఆకలిగొన్నవారి కడుపు నింపే ఉద్దేశ్యంతో ప్రభుత్వాలు ఆదరాబాదరా గోదాములు ఖాళీ చేస్తే ప్రపంచ వాణిజ్య సంస్థ దృష్టిలో ఘోరమైన తప్పు చేసినట్లే.

మిగులు ధాన్యాలు ఏ దేశానికైనా అంతర్జాతీయ మార్కెట్‌లో గుర్తింపు తెచ్చే అంశం. ఏ దేశంలోనైనా మిగులు ధాన్యాలు పోగుపడ్డాయి అంటే ఆ దేశంలో ఆహారోత్పత్తి విషయంలో సంపూర్ణ సామర్థ్యం సాధించినట్లు ప్రపంచం అర్థం చేసుకుంటుంది. ఈ సామర్థ్యం ఆ దేశంలోని పేదల కడుపు నింపుతుందా లేదా అన్నది వేరేవిషయం. విదేశీ ద్రవ్య నిల్వలు కూడా అంతర్జాతీయ మార్కెట్‌లో దేశాల గౌరవ ప్రతిష్టలు పెంచే గుర్తులే. అంతర్జాతీయ రుణదాతల ముందు మన గొప్పలు తెలియచెప్పే విషయాలే. అయితే ఇక్కడ కూడా గందరగోళం కొనసాగుతుంది. ఒకవైపున రిజర్వు బ్యాంకు వద్ద విదేశీ ద్రవ్య నిల్వలు పెరుగుతూ పోతుంటే మరోవైపున స్టాండర్డ్ మరియు పూర్ వంటి సంస్థలు దేశ ఆర్థిక వ్యవస్థ ఆరోగ్యం గురించి హెచ్చరించే ప్రమాద ఘంటికలు మరింత

దారుణ స్థాయికి పడిపోతున్నాయి. దీనర్థం ఏమిటి ? మన దేశం ఆధీనంలో ఉన్న విదేశీ ద్రవ్యనిల్వల మోతాదు విషయంలో ఈ రేటింగ్ సంస్థలు సంతృప్తికరంగా లేవు. మనం ఏమి చెప్పినా వారి అంచనాలు వారికి ఉంటాయి. మన దేశం వద్ద పోగుపడ్డ నిల్వలు శాశ్వతమైనవి కాదనీ, తూర్పు ఆసియా దేశాల సంక్షోభం లాంటిది వచ్చి పడితే ఆవిరైపోతాయని ఈ రేటింగ్ సంస్థలు అంచనాకు వచ్చాయి.

రెండు ప్రపంచ యుద్ధాల సంధికాలంలోని పలు దేశాల ఆర్థిక స్థితిగతుల గురించి పుంఖానుపుంఖాలుగా పరిశోధనలు అందుబాటులో ఉన్నాయి. మన పాండిత్యం ప్రదర్శించటానికి ఇక్కడ వాటినన్నింటినీ ఏకరువు పెట్టాల్సిన అవసరం లేదు. దేశీయార్థికాభివృద్ధికి విదేశీ ద్రవ్య నిల్వలు ఉపయోగించాలన్న విషయంపై రెండు ప్రపంచ యుద్ధాల నడుమ కాలంలో పలు దేశాలు ఎదుర్కొంటున్న పరిస్థితినే మన దేశం కూడా ఎదుర్కొంటుందన్న అభిప్రాయం ఉంది. విదేశీ ద్రవ్య నిల్వలు కేవలం మన ఆర్థిక వ్యవస్థ వాపును చూపించటానికి వాడుకోవాలే తప్ప ఆర్థిక వ్యవస్థకు కండపుష్టి కలిగించేందుకు ఈ నిధులు ఉపయోగించరాదన్న వాదన క్రమంగా ముందుకొస్తోంది.

పోలికకు కూడా ఒక పరిమితి ఉంటుంది. సాహిత్యంలో సైతం పరస్పరం పోలిక కలిగిన పేరాగ్రాఫులు పరిమితంగానే ఉంటాయి. విదేశీ ద్రవ్య నిల్వలు, ఆహారధాన్యాల నిల్వలు అటువంటి అసంగత పోలికలే. విదేశీ ద్రవ్యనిల్వలు పెంచుకోవటానికి ప్రతి దేశమూ నిరంతరం పని చేస్తుంది. మరోవైపున ఆహారధాన్యాల నిల్వలు పెంచుకుంటూ పోతే ధనిక దేశాల సరసన స్థానం దక్కుతుంది. నిల్వలు పెంచుకుంటే వాటిని నిర్వహించటం ఆర్థికంగా భారంతో కూడిన సమస్య. ఆహారధాన్యాలు సేకరించటం కోసం ప్రభుత్వం ఇచ్చే మద్దతు ధరల విధానం ద్వారా లక్షల కోట్ల రూపాయలు వెచ్చించి వివిధ వ్యవసాయ ప్రాంతాల్లో నివసిస్తున్న ధనిక రైతాంగానికి ప్రభుత్వం మేలు చేస్తుంది. చిన్న సన్నకారు రైతులు, మధ్యతరగతి రైతులు మార్కెట్ తోడేళ్లపాలిటబడతాయి.

ఇది ఒక వైపున స్పష్టంగానే అందరినీ సంతృప్తిపర్చే వాదనగానూ కనిపిస్తుంది. అంతమాత్రాన సమస్య పరిష్కారమైనట్లు కాదు. ఇంత నిగూఢమైన ఆర్థిక విషయాలు బొత్తిగా పరిజ్ఞానం లేని ఆ లేఖా రచయితకు విడమర్చి చెప్పటం ఎలా? స్పెయిన్ అంతర్యుద్ధం మొదలయ్యాక కళ కళకోసమే అన్న నినాదం తోకముడిచింది. ఆ రోజుల్లో సాంస్కృతిక స్వేచ్ఛ కోసం ఉద్యమం ముందుకొచ్చింది. కళాకారులు, కవులు, రచయితలు,

అందరూ కళ కళ కోసం కాదు. మానవాళి కోసం అన్న నినాదాన్ని ముందుకు తెచ్చారు. విదేశీ ద్రవ్య నిల్వలు కేవలం విదేశీ ద్రవ్య నిల్వల కోసమే అన్న వాదనను కూడా ఈ అనుభవం నేపథ్యంలోనే చూడాలి. విదేశీ ద్రవ్య నిల్వల గొప్పతనం గురించి పేద దేశాలకు హితబోధ చేయటానికి అంతర్జాతీయ ద్రవ్య మేధావులంతా విశ్వప్రయత్నం చేస్తున్నారు. అయితే అప్పట్లో స్పెయిన్ అంతర్యుద్ధం మొత్తం సాంస్కృతిక ప్రపంచం కళ్లు తెరిపించినట్లు అంతర్జాతీయ ద్రవ్య మేధావుల కళ్లు తెరిపించే పరిస్థితులు ప్రస్తుతం లేవు. వర్ధమాన దేశాల్లో మేధావుల సంఖ్యపరిమితమే అయినప్పటికీ ఏదో ఒకరోజు ఈ మేధావులు ద్రవ్య నిల్వలు కేవలం ద్రవ్య నిల్వల కోసమే అన్న అంతర్జాతీయ ద్రవ్య మేధావుల వాదనలను తిరస్కరిస్తారు. ఇప్పుడు చర్చించుకుంటున్న లేఖ తరహా లేఖలు రోజుకు ఒకటి వస్తూ ఉంటే ఈ అంతర్జాతీయ ద్రవ్య మేధావుల సలహాలను దూరంగా పెట్టుకోవచ్చు. అదే జరిగితే వాషింగ్టన్ కేంద్రంగా పని చేసే ఈ మేధావులందరూ నిరుద్యోగులుగా మారే రోజు ఎంతో దూరంలో లేదు. వెనిజులా, అర్జెంటీనా పరిణామాల తర్వాత అంతర్జాతీయ ద్రవ్య సంస్థల సిఫార్సులను ప్రశ్నించటం అక్కడక్కడా మొదలైంది. ఇదంతా వాతావరణం లాంటిది. ఒకచోటి నుండి మరో చోటికి ప్రయాణిస్తూ ఉంటుంది.

- 22 జూన్, 2002

10

ప్రజాస్వామ్యం మరణిస్తే...?

అంతర్జాతీయ ద్రవ్య నిధి సంస్థకు సంబంధించినంతవరకు ఇదేమీ ఊహాగానం కాదు. కఠోరవాస్తవం. అది బహుశా 1950 దశకం. అమెరికాలో ఓ మారుమూలన ఉన్న విశ్వవిద్యాలయం నుండి అర్థశాస్త్రంలో పట్టా పుచ్చుకుని, చమురు నిల్వలు ద్వారా సంపాదించిన అపరిమిత లాభాలతో తులతూగున్న పశ్చిమాసియా దేశానికి చెందిన ఓ విద్యార్థి అంతర్జాతీయ ద్రవ్య నిధి సంస్థ సహాయ పరిశోధకునిగా పని చేస్తున్నాడు. ఆయన పని చేస్తున్న విభాగంలోనే సహాయక శాఖాధిపతి పదవి ఖాళీ అయ్యింది. దాంతో సహజంగానే తాను పని చేస్తున్న విభాగంలోనే ఖాళీ వచ్చింది కాబట్టి ఆ పై పదవికి పోటీ పడ్డాడు. కానీ ఎంపిక కాలేదు. దాంతో న్యూనతకు లోనయ్యాడు. ఆ విభాగాన్ని అజమాయిషీ చేసే సంచాలకుడు ఈ యువ ఆర్థికవేత్తలను పిలిచి “ఈ పరాజయాన్ని మనసు మీదకు తీసుకోవద్దు. వచ్చే సంవత్సరం నీ దేశానికే నిన్ను ఆర్థికమంత్రిని చేస్తాను” అని హామీ ఇచ్చాడు. అలానే జరిగింది.

దాదాపు అర్థ శతాబ్ది పాటు లాటిన్ అమెరికా, పశ్చిమాసియా దేశాల్లో అంతర్జాతీయ ఆర్థిక సంబంధాల తీరుతెన్నులు అలా ఉండేవి. ఆయా దేశాలన్నీ కరుడుకట్టిన నియంతల పరిపాలనలోనో లేదా సైనిక నియంతల పరిపాలనలోనో మగ్గుతున్న కాలం అది. జాతీయ అంతర్జాతీయ ఆర్థిక రాజకీయ వ్యవహారాలన్నింటిలోనూ ఈ దేశాల పాలకులు అమెరికా అడుగులకు మడుగులొత్తేవారు. ఆయా దేశాల ఆర్థిక విధానాలన్నీ అమెరికా ఆర్థిక ప్రయోజనాలు కాపాడే సాధనాలుగానే పని చేస్తాయి. ఈ దేశాల ఆర్థిక వ్యవస్థలను అంతర్జాతీయ ద్రవ్య నిధి సంస్థ, ప్రపంచ బ్యాంకులు పహరా కాస్తుంటాయి. అందువల్లనే వాషింగ్టన్‌లోని ఆయా సంస్థల ప్రధాన కార్యాలయాల్లో పని చేసే ఏదో ఒక

స్థాయి అధికారులు ఈ దేశాల ప్రధాన కార్యాలయాల్లో ఏదో ఒక స్థాయిలో పని చేసిన సిబ్బందే లాటిన్ అమెరికా, పశ్చిమాసియా దేశాలకు ఆర్థిక మంత్రులుగా నియమితులవుతారు. ఇటువంటి ఏర్పాటు మీద ఏ నాడూ ఆయా ప్రభుత్వాలు నోరు మెదపలేదు. ప్రపంచ రాజకీయాల్లో అమెరికా పాత్ర గురించి ఎవ్వరికీ అభ్యంతరం లేదు. అమెరికా ప్రాబల్యం కావాలంటే అమెరికాకు కట్టుబడి ఉండాలి. సోషలిస్టుబ్లాక్ పతనం అయ్యాక ప్రపంచ అగ్రరాజ్యంగా అమెరికా నిలవడంతో అప్పటి వరకు లాటిన్ అమెరికా, పశ్చిమాసియా దేశాలకు పరిమితమైన ఈ లొంగుబాటు విశ్వవ్యాప్తమైంది. అక్కడక్కడా కనిపించే రోగం కాస్తా రాచపుండుగా మారింది. కేవలం ఆర్థికమంత్రులే కాదు. దేశాధ్యక్షులు, ప్రధానమంత్రులను కూడా అమెరికా ఎంపిక చేస్తోంది. గత కొద్దికాలంగా పాకిస్తాన్ ఆర్థిక మంత్రులుగా పని చేసిన వారంతా ప్రపంచబ్యాంకు, అంతర్జాతీయ ద్రవ్య నిధి సంస్థలు ఎంపిక చేసినవాళ్లేనన్నది అందరికీ తెలిసిన విషయమే. 1991లో ఈ రెండు సంస్థలు భారత ఆర్థిక మంత్రులుగా ఇరువురి పేర్లు ప్రస్తావించాయన్న పుకార్లు కూడా షికార్లు చేశాయి. అలా ప్రతిపాదించబడ్డ ఇద్దరూ దేశంలో అప్పుడే ప్రారంభమవుతున్న సంస్థాగత సర్దుబాట్లు అమలు చేయబోతున్నారన్నది ఆ వార్త. అందులో మొదటి వ్యక్తి తన వ్యక్తిగత కారణాల వల్ల ఈ ప్రతిపాదనను తిరస్కరిస్తే రెండో వ్యక్తి ఆర్థిక మంత్రి అయ్యాడు. ఈ విధంగా ఆర్థిక మంత్రి అయిన వ్యక్తి గురించి ప్రత్యేకంగా చెప్పక్కర్లేదు. ఇంటింటికీ తెలిసిన వ్యక్తే. ఈ వార్తలు పదకొండేళ్ల నుండీ చక్కర్లు కొడుతున్నా వీటిల్లో వాస్తవావాస్తవాలను ఎవ్వరూ ప్రశ్నించలేదు.

అందువల్ల వివిధ దేశాల్లో ప్రధానులు, అధ్యక్షులు, ఆర్థిక మంత్రులను అమెరికా ఎంపిక చేస్తోందంటే అదేమీ గొప్ప వార్తగా అనిపించలేదు. ఎంపిక చేసుకునే స్వేచ్ఛ అందమైన ఉదారవాద తాత్విక చింతనలో భాగం. అయితే ఏది స్వేచ్ఛ ఏది కాదు అన్న విషయాన్ని కూడా మన తరపున అమెరికాయే నిర్ణయించేస్తోంది. పాలస్తీనా ప్రజలు నిజంగా తమ స్వతంత్ర దేశం కావాలని కోరుకుంటే యాసర్ అరాఫత్‌ను వదిలి తమకు మిత్రుడైన మరో నాయకుడిని ఎన్నుకోవాలని ఆదేశించింది అమెరికా. జీవితంలో ఏదీ ఉచితం కాదు. పాలస్తీనియన్లకు తమ స్వతంత్ర దేశం కావాలంటే అమెరికా మాట వినాల్సిందే. ఒకవేళ పాలస్తీనా వాసులు జార్జి డబ్ల్యు బుష్ ఎంపిక చేసిన వ్యక్తిని కాదని చాకచక్యం ప్రదర్శిస్తే వారికి మాతృభూమి కలగానే మిగిలిపోతుంది. అమెరికా ప్రతిపాదిత అధ్యక్షుడికి బదులు పాలస్తీనియన్లు అరాఫత్‌నే నేతగా ఎన్నుకుంటే జనరల్ షారోన్ నాయకత్వంలోని బందిపోట్ల దాడులను నోరుమూసుకుని భరిస్తూనే ఉండాల్సి వస్తుంది. షారోన్ బందిపోట్లు అమెరికాకు ఇంటి అల్లుళ్లే.

ప్రపంచానికి ఎటువంట శషభిషలకు తావులేకుండా అమెరికా ఓ సందేశం ఇవ్వాలని భావిస్తోంది. ఫిలడెల్ఫియా ప్రకటన చిత్తుకాగితంగా మారింది. 1776లో ఈ ప్రకటన ఆమోదించి నేటికి దాదాపు రెండు శతాబ్దాలు పైగా గడిచింది. అమెరికా సంయుక్త రాష్ట్రాలు ఏ విలువల ఆధారంగా ఉనికిలోకి వచ్చాయో ఇప్పుడు అమెరికా పాలకులకు గుర్తు చేయటం అవివేకమవుతుంది. పైగా సెప్టెంబరు11 జ్ఞాపకాల మరకలు ఇంకా తుడిచేయబడలేదు. ఒసామా బిన్ లాడెన్, అల్ ఖైదాలు అమెరికా దృష్టిలో స్వేచ్ఛ అంటే అర్థమే మార్చేశాయి. శతృవులు, మిత్రులకు నిర్వచనం కూడా మార్చేశాయి. అమెరికాతో లేని వారంతా అమెరికాకు వ్యతిరేకంగా ఉన్న వారేనన్న అర్థం స్థిరపడి పోయింది. ఒకసారి తస్మదీయులుగా ముద్ర పడ్డాక వారికి స్వేచ్ఛా స్వాతంత్ర్యాలు అక్కర్లేదన్నది అమెరికా ఉవాచ. ఈ విషయమై కేవలం పశ్చిమాసియా దేశాల్లోనే కాక ప్రపంచ దేశాలన్నింటికీ అమెరికా ఓ హెచ్చరిక చేయదల్చుకున్నది. అలాంటి హెచ్చరిక చేయటానికే పాలస్తీనాను ఉదాహరణగా ఉపయోగించుకోదల్చుకుంది : ఇది అమెరికా సహస్రాబ్ది. కాబట్టి ఒళ్లు దగ్గరబెట్టుకోండి అన్నదే ఆ హెచ్చరిక.

ఒకసారి మధ్యయుగాల నాటి ఆటవిక నీతిని అంగీకరింపచేశాక అమెరికాదే శాసనం. కానీ ఇక్కడ సమస్య మరోచోట ఉంది. అమెరికా అధ్యక్షుని దృష్టంతా బిన్ లాడెన్, అల్ ఖైదా మీద కేంద్రీకరించబడి ఉంది. అరబ్ దేశాల్లో ఉధృతమవుతున్న నూతన ధోరణులు, ఆలోచనలను బుష్ విస్మరించాడు. ఆయనకు గుర్తు చేసే ధైర్యం కూడా ఎవ్వరికీ లేదు. ఎడ్వర్డ్ సయిద్ ఈ మధ్యకాలం వరకు న్యూయార్క్‌లోని కొలంబియా విశ్వవిద్యాలయంలో ఓ విభాగాధిపతిగా ఉన్నాడు. అమెరికా, ఇతర యూరోపియన్ దేశాల్లో ఉన్నత విద్యనభ్యసించిన వేలాది మంది అరబ్బు దేశాలకు చెందిన యువత సయీద్ తాత్విక దృక్పథంతో ప్రభావితులయ్యారు. అరబ్బు దేశాలు ఇకమీదట పాషాలు, షేక్‌ల గుత్త సొత్తు కాదు. ఇక్కడ ప్రస్తావించిన యువతీ యువకుల్లో కొందరు ఈ రాజులు వారి వందిమాగధుల కుటుంబాల నుండి వచ్చిన వారే. విదేశాల్లో చదువుకోవటం ద్వారా వారి అస్తిత్వాల్లో గొప్ప మార్పులు వచ్చాయి. ఇందులో కొంత మంది బిన్ లాడెన్ వ్యవహార శైలికి ముచ్చటపడ్డ మాట వాస్తవమే. అయితే ఎక్కువ మంది మాత్రం ఎడ్వర్డ్ సయీద్ తాత్విక ధోరణితో ప్రభావితులయ్యారు.

సయీద్ ప్రభావం, ఆలోచనా ధోరణి ఆసక్తికరమైన పర్యవసానాలకు దారితీస్తుంది. ఉదాహరణకు అరాఫత్ పట్ల జార్జిబుష్ అనుసరిస్తున్న వ్యవహారం అత్యధికులైన పాలస్తీనా పౌరుల్లో అమెరికా పట్ల లొంగుబాటు కంటే తిరుగుబాటు రెచ్చగొడుతుంది. అమెరికా ఆంక్షలు ఉల్లంఘించాలన్న పట్టుదల పెంచుతుంది. అమెరికా

వైఖరితో తిరుగుబాటు ధోరణులు అలవర్చుకున్న ఈ యువకులు అంతకంతకూ పాలస్తీనా విముక్తి కోసం సాయుధ పోరాటం చేస్తున్న హమస్ వంటి సంస్థల్లో చేరేలా ప్రోత్సహిస్తుంది. తద్వారా అమెరికా ఆకాంక్షలు వైపరీత్య కోణంలో నెరవేర్చబడతాయి. అమెరికా జోక్యంతో అరాఫత్‌ను గద్దె దించొచ్చు కానీ ఆయన స్థానంలో అంతకంటే కరుడుకట్టిన హమస్ నేతను గద్దెనెక్కించాల్సి వస్తుంది. దాంతో అటు అమెరికాకు ఇటు ఇజ్రాయెల్‌కు మరింత గడ్డు కాలం ఎదురవుతుంది. ఆత్మాహుతి దళాలు పెరుగుతాయి. తమ త్యాగం జాతీయ విముక్తి పోరాటాన్ని ముందుకు తీసుకెళ్లేట్లయితే ఆ లక్ష్య సాధన కోసం జీవితాలు త్యాగం చేయటమే సరైనదని అనేకమంది పాలస్తీనా యువతీ యువకులు నమ్మే పరిస్థితులు తలెత్తుతాయి. నాజూకైన వాదనలేవీ వాళ్లను, వాళ్ల ఉత్సాహాన్ని నిలువరించలేవు.

అమెరికన్లు తమంతట తామే సృష్టించుకున్న సమస్యకు పరిష్కారం కూడా వాళ్లే చూపించాలి. ప్రపంచ వ్యాప్తంగా బుష్ అరాచకాల గురించి నోరెత్తి మాట్లాడే వాళ్లు లేకపోవటం ఆశ్చర్యం. భారతదేశంలో వామపక్షాలు యథాప్రకారం ఓ పత్రికా ప్రకటన ఇచ్చాయి. అదొక్కటే ప్రపంచాన్ని కదిలించలేదు. మిగిలిన రాజకీయ పార్టీలు ఎంతగా నిశ్శబ్దాన్ని పాటించాలో అంత నిశ్శబ్దాన్ని పాటిస్తున్నాయి. అమెరికా మాటే శాసనం. ఆ మాట పూర్తిగా చట్టవిరుద్ధమైనప్పటికీ పర్లేదు. ఎందుకంటే అది అమెరికన్ల మాట కాబట్టి. యాభయ్యేళ్ల క్రితం థాయ్‌లాండ్, ఫిలప్పీన్స్ ఏ స్థితిలో ఉండేవో ఆ స్థితికి ప్రపంచమంతా కుదించుకుపోయినట్లు కనిపిస్తుంది. దేశాధినేతను అమెరికాయే నిర్ణయిస్తుంది. సైన్యానికి శిక్షణ ఇచ్చేది కూడా అమెరికాయే. ఆయుధాలు సరఫరా చేసేది అమెరికాయే. చట్టం చేసేదీ అమెరికాయే. మీరేమిటన్నది అవసరం లేదు. అమెరికా అనుమతిస్తే చాలు. పరిపాలించేయొచ్చు. ప్రతిపక్షం సహజ మరణాన్ని చేరుకోవాల్సిందే. అమెరికా అధ్యక్ష భవనం ఉద్దేశ్యాలు కోరికల పట్ల అభ్యంతరాలు వ్యక్తం చేసే ఏ రకమైన ప్రతిపక్షమైనా అమెరికాకు ఆమోదయోగ్యం కాదు. అందుకే పేద దేశాల ప్రజాస్వామ్యంలో ప్రతిపక్షానికి తావు లేదు. ప్రసార మాధ్యమాలు కూడా అంతే లొంగిపోయి ఉండాలి. తాజాగా భారతీయ ప్రసార సాధనాల్లో విదేశీ ప్రత్యక్ష పెట్టుబడులు అనుమతిస్తూ మంత్రి మండలి నిర్ణయంతో విదేశీ ప్రయోజనాల ముందు దేశీయ ప్రసార సాధనాల లొంగుబాటు ఇక మీద చట్టబద్ధమవుతుంది. భారతదేశంలో మంత్రిమండలి మార్చాలంటే వాషింగ్టన్ నుండి ఆదేశాలు అందుకునే సమయం ఎప్పటికి వస్తుందన్నది వేచి చూడాల్సిన విషయం. లేదా రేపో మాపో ఈ పరిస్థితికి చేరుకుంటున్నామా అన్నది చూడాలి.

మరోవైపున ఇదంతా ప్రారంభమే. చరిత్ర ముగిసిపోయిందని భావించే వాళ్లు కాస్తంత తొందరగానే ఉత్సవాలు చేసుకుంటున్నట్లు కనిపిస్తుంది. పశ్చిమాసియాలో

ఎడ్వర్డ్ సయీద్ ప్రభావం పెరుగుతుంటే ఆఫ్రికాలోనో దక్షిణాసియాలోనో అటువంటి పరిస్థితులు పునరావృతం కావు అని నమ్మటానికి గల కారణాలేమీ కనబడటం లేదు. చెగువేరా, గ్రేసియా మార్క్వెజ్ వంటి వాళ్ల స్ఫూర్తితో ఇప్పటికే లాటిన్ అమెరికా దేశాలు అమెరికాను సవాలు చేస్తున్నాయి. ఇటువంటి పరిస్థితుల్లో జరగబోయే పరిణామాల పట్ల మనం ఉత్సుకతతో ఉండాలి. చరిత్ర వాయిదా పడుతుందే తప్ప ఎన్నటికీ ముగియదు. 20వ శతాబ్దం చివరి రెండు దశాబ్దాల్లో చరిత్ర కొత్త పుంతలు తొక్కింది. మరోసారి కొత్తపుంతలు తొక్కే అవకాశం కనిపిస్తోంది. మనం ఏ విలువతో ఉన్న సమాజంలో జీవిస్తున్నామో ఆ సమాజం ఈ నమ్మకాన్ని కలిగి ఉంటే మనలను పూర్తిగా ఆశావాదులుగానో పూర్తి నిరాశావాదులుగానో పరిగణిస్తుంది.

అదేసమయంలో పెచ్చరిల్లుతున్న బుష్ దురాగతాల గురించి నోరు మెదకపోవటం క్షమించరాని విషయం. నన్ను నమ్మండి. అప్పుడప్పుడూ అమెరికా అధ్యక్షుడు కట్లు తెంచుకున్న ఆంబోతులా వ్యవహరించటం అమెరికా ప్రజాస్వామ్యంలో ఆనవాయితీగా వస్తున్నదే. అమెరికా పార్లమెంట్ నుండీ మీడియా నుండీ రాష్ట్రాల నుండీ న్యాయవ్యవస్థ నుండీ అమెరికా అధ్యక్షుడు నిరంతరం ఒత్తిళ్లు ఎదుర్కుంటూనే ఉంటాడు. అటువంటి ఒత్తిళ్ళే అమెరికా ప్రజాస్వామ్యాన్ని ఇంకా నిలబెట్టి ఉంచుతున్నాయి. ప్రజాస్వామిక ప్రమాణాలు ఎంత పటిష్టంగా ఉంటాయంటే ఒక్కోసారి అధ్యక్షుడు కూడా బిల్ క్లింటన్ తన లైంగిక జీవితానికి సంబంధించిన వాస్తవాలు వెల్లడించినట్లుగా ఈ ప్రమాణాలకు బద్ధుడై కొన్ని వాస్తవాలు వెల్లడించాల్సి వస్తుంది. అటువంటి ఒత్తిళ్లు తట్టుకుని నిలవటానికి అమెరికా అధ్యక్షుడికి కూడా కొన్ని మార్గాలు ఉండాలి కదా. అటువంటి ఆటవిడుపులో భాగంగానే అమెరికా అధ్యక్షులు కాస్ట్రో మీదనో, అరాఫత్ మీదనో సద్దాం మీదనో దాడులు చేస్తూ ఉంటారు. మిగిలిన ప్రపంచం కూడా అమెరికా అరాచక పాలనను ప్రతిఘటించాలి. అమెరికా ప్రజాస్వామ్యానికి కూడా ఇది అవసరం. అమెరికాలో ప్రజాస్వామ్యమే మరణిస్తే ఇక బతికుండేది ఎవరు?

- 20 జూలై, 2002

11

అడ్డగోలు అర్థశాస్త్రం

ప్రణాళికా సంఘం సమావేశంలో పెట్టుబడుల ఉపసంహరణ గురించి చర్చ జరగనున్నట్లు పత్రికలు తాటికాయంత అక్షరాలతో రాస్తున్నాయి. ఇక్కడ వ్యంగ్యం పతాకస్థాయిలో ఉంది. కనీసం విద్య, ఆర్థిక అంతరాలు వంటి విషయాలు పట్టించుకోకపోయినా జాతీయ ఆదాయం, ఉపాధి పెరుగుదల వంటి విషయాలను చర్చించే వేదిక ప్రణాళిక సంఘం. ఆదాయం, ఉపాధి పెరగాలంటే పెట్టుబడులు పెంచటం ప్రణాళిక సంఘం ప్రాధాన్యతగా ఉంటుందని ఎవరైనా భావిస్తారు. పెట్టుబడుల ఉపసంహరణ ప్రాధాన్యతగా ఉంటుందని అనుకోరు. ఇది అడ్డగోలు ప్రపంచం. ఇక్కడ న్యాయం తల్లకిందులుగా కనిపిస్తుంది. మంత్రిమండలి సమావేశాల మొదలు వీధి సందున ఉన్న టీ దుకాణం వరకు పెట్టుబడుల ఉపసంహరణ గురించే చర్చలు జరుగుతున్నాయి. ఈ విధానాల ప్రారంభంలో నష్టాలపాలవుతున్న ప్రభుత్వ రంగ సంస్థలను మాత్రమే అమ్మేయనున్నట్లు ప్రభుత్వం ప్రకటించింది. అటువంటి ముక్తాయింపులు పూర్తి అయ్యాయి. లాభాలు వచ్చేదా నష్టాలు వచ్చేదా అన్న చర్చకు ముగింపు పలికారు. ప్రభుత్వరంగ సంస్థల అమ్మకమే అసలు లక్ష్యమన్నది తెరమీదకు వచ్చింది. లాభాలు ఆర్జించే కంపెనీలను కోనుగోలు కోసం డబ్బు మూటలు పట్టుకున్న ప్రైవేటు బేహారులు ఆతృతగా ఎదురు చూస్తున్నారు. మంచి లాభాలు వచ్చే ప్రభుత్వ రంగ సంస్థలన్నింటినీ తమ బుట్టలో వేసుకునేందుకు సిద్ధంగా ఉన్నారు. వీళ్లు, ప్రభుత్వంలోని వీళ్ల తైనాతీలు అందరిదీ ఒకటే బడి.

దాంతో ఓ విధానం ముందుకొచ్చింది. మన పొరుగున ఉన్న ప్రభుత్వ రంగ సంస్థ అమ్మకానికి వచ్చిందంటే ఆర్థిక మంత్రిత్వశాఖ కార్యాలయంలో తిష్టవేసిన

అంతర్జాతీయ ద్రవ్య నిధి సంస్థ ప్రభుత్వం గొంతుమీద కత్తి పెట్టిందని అర్థం చేసుకోవటమే. రాజకీయ నాయకులు, ఉన్నతాధికారులు ఈ ఒత్తిళ్లకు లొంగిపోయి తోకాడిస్తున్నవాళ్లే. ఏటా ప్రభుత్వం ప్రవేశపెట్టే బడ్జెట్‌లో కనిపించే ద్రవ్యలోటు స్థూల జాతీయోత్పత్తిలో ఒక మోతాదును మించి ఉండకూడదు అన్నది ఆదేశం. అన్ని రంగాల్లో అభివృద్ధి శెలవులకెళ్లటంతో పన్నుల ద్వారా వచ్చే ఆదాయం, పన్నేతర ఆదాయం రెండూ తగ్గిపోతున్నాయి. మరోవైపున ఖర్చు అడ్డు అదుపు లేకుండా పోతోంది. పొరుగున ఉన్న పాకిస్తాన్ మనకు అజన్మ శత్రువుగా మారటంతో పాటు ప్రభుత్వం అణ్వాయుధాలు సిద్ధం చేసుకోవటంతో ఈ ఖర్చు మరింత పెరిగింది. అంతేకాదు. కాశ్మీర్ భారతదేశంలో విడదీయరాని అంగంగా సుస్థాపితం చేయాలి. పరస్పర పోటీతో కూడిన రాజకీయ వాతావరణంలో పేదలకిచ్చే రాయితీలు ఆపలేము. అయినవాళ్లకిచ్చే తాయిలాలు ఆపలేము. ముందు ముందు మరికొన్ని సమస్యలు కూడా ఉన్నాయి. పెట్టుబడుల ఉపసంహరణ క్రమంలో భాగంగా నష్టజాతకురాళ్లయిన ప్రభుత్వరంగ పరిశ్రమలతో పాటు లాభార్జనలో ఉన్న ప్రభుత్వరంగ సంస్థలనూ అమ్మకాలకు సిద్ధం చేస్తే ద్రవ్యలోటు మరింతగా పెరగటం తక్షణ ప్రభావంగా కనిపిస్తుంది. దాంతో ఎక్కువ లాభాలొచ్చేవాటిని తెగనమ్మటమే మార్గంగా భావిస్తోంది ప్రభుత్వం. ఇదొక్కటే ప్రభుత్వం ముందున్న నికరమైన మధ్యంతర మార్గం. లేదంటే ప్రభుత్వం ముందు మరో ప్రత్యామ్నాయం కూడా ఉంది. రాష్ట్రపతి భవనం, ఎర్రకోటతో సహా ప్రభుత్వం స్వాధీనంలో ఉన్న అన్ని భూములు రియల్ ఎస్టేట్‌కింద అమ్మేయటం, యుద్ధ విమానాలు, క్రూయిజ్ క్షిపణులు, ఇంకా అన్ని రకాల స్థిర చరాస్తులను వేలం వేయటమే ఆ మార్గం. అంటే దేశరక్షణను కూడా ప్రైవేటీకరించటమే. ఈ విషయాలు విన్నాక పిడివాదులైన అరాచకవాదులు, ప్రవాస ఆర్థికవేత్తల మనసులు శాంతిస్తాయి.

ఈ రకమైన పునరుక్తి అవసరం లేదు. ప్రతిఘటన అనివార్యంగా తలెత్తుతుంది. పెట్టుబడుల ఉపసంహరణ లక్ష్యం ప్రైవేటు పెట్టుబడిదారులకు మరిన్ని అవకాశాలు ఇవ్వటం కాదా? ప్రభుత్వ పెట్టుబడులు ప్రైవేటు పెట్టుబడులను ఆకర్షించే సాధనాలు అన్న ఛాందసం వదులుకోవాలని చెప్తున్నారు. మౌలిక వసతుల కల్పన బాధ్యత నుండి ప్రభుత్వాలు వైదొలగాల్సిన అవసరం ఇసుమంతైనా లేదన్నది పశ్చిమ దేశాల చరిత్ర రుజువు చేస్తోంది. విమానాశ్రయాల నిర్మాణం వంటి కొన్ని మౌలికసదుపాయాల కల్పనతో కొంత లాభార్జన సాధ్యమవుతున్న మాట వాస్తవమే. అయితే లాభాల మోతాదు నామమాత్రంగా ఉన్న రంగాల్లో పెట్టుబడులు పెట్టేందుకు ప్రైవేటు పెట్టుబడిదారులు సిద్ధంగా ఉండరు కాబట్టి ఆయా రంగాల్లో ప్రభుత్వం పెట్టుబడులు పెట్టాల్సిన పరిస్థితి

వస్తోంది. మార్కెట్ గుర్రాలకు కళ్లెం వదిలేస్తే అద్భుతాలు సృష్టించగలరన్న అపోహ ఉంటే ఉండనీయండి. సరఫరా రంగాన్ని మార్కెట్ శక్తులకు వదిలేస్తే అనూహ్యమైన ఉత్పత్తి, ఆదాయం, ఉపాధి సృష్టి అవుతాయన్న వాదన కూడా ఉంది. ఇక్కడ మతలబు ఉంది. గత పన్నెండేళ్లుగా ప్రైవేటు రంగాన్ని విస్తరిస్తూ పోయినప్పటికీ ఆర్థికాభివృద్ధిలో సాధించిన ప్రగతి నామమాత్రంగానే ఉంది. కేవలం సేవారంగంలో మాత్రమే అంతో ఇంతో చెప్పుకోదగ్గ వృద్ధి రేటు కనిపిస్తోంది. అయితే దురదృష్టవశాత్తూ సేవారంగం ద్వారా ఉపాధి అవకాశాలు పెరిగేది నామమాత్రమే. మిగిలిన అన్ని రంగాలు స్తబ్దుగా ఉండి సేవారంగం ఒక్కటే విస్తరించటం అంటే ఆర్థిక అంతరాలు మరింతగా పెచ్చరిల్లటమే. మనం ఈ మాట చెప్పగానే ఇదేమీ పెట్టుబడుల ఉపసంహరణ కాదు. నెమ్మది నెమ్మదిగా ప్రైవేటు పెట్టుబడులకు అవకాశం కల్పించటం మాత్రమే. ఇలాంటి అవకాశం కల్పించకపోవటం వల్లనే ఆర్థికాభివృద్ధి కకావికలమవుతోంది. అందువల్ల ఈ దేశంలో అభివృద్ధి వికసించాలంటే పెట్టుబడుల ఉపసంహరణ క్రమాన్ని వేగవంతం చేయాలన్న వాదన సిద్ధంగా ఉంది. ఛాందసత్వం వదులుకుని లాభాలు వచ్చే ప్రభుత్వరంగ కంపెనీలు కూడా అమ్మేయటానికి సిద్ధం కండి. ప్రభుత్వం ప్రధాన లక్ష్యాల నుండి వైదొలగటం పాపం అవుతుంది. ప్రభుత్వం శాంతి భద్రతల మీద దృష్టి కేంద్రీకరించాలి. తద్వారా ప్రైవేటు పెట్టుబడి లాభాలు ఆర్జించటానికి వీలైన పరిస్థితులు కల్పించాలి. ప్రభుత్వం ఒక్కటే లాభాలు సంపాదించాలనుకోవటం సరికాదు అన్న అభిప్రాయాన్ని కూడా సంస్కరణవాదులు ముందుకు తెస్తున్నారు.

పాత ఛాందసత్వం వదులుకుని కొత్త ఛాందసత్వం అలవర్చుకుందాం. ప్రభుత్వరంగంలో పెట్టుబడుల ఉపసంహరణ ద్వారా ప్రైవేటు రంగంలో కొత్త పెట్టుబడులు వచ్చే అవకాశాలుంటాయి. దీంతో అందరి జీవితాలు బాగుపడతాయి. అయితే ప్రభుత్వరంగ సంస్థల అమ్మకాలు ప్రైవేటురంగ పెట్టుబడులు పెంచటానికి ఎలా ఉపయోగపడతాయన్న అంశంలో ఇక్కడ దురదృష్టవశాత్తూ కొన్ని సమస్యలు ముందుకొస్తున్నాయి. ఈ సమస్యలు గమనించటం తేలికే. ఉదాహరణకు ముంబయిలో సెంటార్ హోటల్ అమ్మకం ఉదంతాన్ని పరిశీలిద్దాం. ప్రభుత్వం నుండి ఈ హోటల్‌ను కేవలం 82 కోట్లకు స్వంతం చేసుకోగలిగిన వ్యక్తి చాలా తెలివిగా వ్యవహరించినట్లే. ఈ హోటల్‌ను స్వంతం చేసుకున్న నాలుగు నెల్లకే 115 కోట్లకు ఇతరులకు అమ్మేశాడు. కేవలం నాలుగు నెల్ల వ్యవధిలో 33 కోట్ల లాభాన్ని మూటకట్టుకున్నాడు. అంటే 117 శాతం లాభాల రేటు. ఈ స్థాయిలో ప్రపంచంలో ఏ వ్యాపారంలోనూ లాభాలు

లేవు. అయితే ఇదేమీ జనానికి పెద్దగా అభ్యంతరకరంగా కనిపించకపోవచ్చు. ఒక సాధారణ మదుపరి తన కొద్దిమొత్తం ఆదాయాన్ని షేర్ మార్కెట్లో పెట్టుబడి పెడితే మహా అయితే ఏడాదికి ఏడు శాతం ఆదాయం లాభం వస్తుంది. ఒక తరగతి మదుపరులకు 117 శాతం లాభాలు మరో తరగతి మదుపరులకు కేవలం ఏడు శాతం లాభం మాత్రమే వస్తుందంటే ఆ 117 శాతం లాభాలు సంపాదిస్తున్న వాళ్లు ఏదో ప్రత్యేక అదృష్టజాతకులే అయి ఉండాలి. ఇటువంటి అదృష్టజాతకులు తమ అదృష్టానికి మురిసిపోతూ ఉంటారు. అంతమాత్రాన మౌలిక సమస్య మాయం కాదు. 117 శాతం లాభాలు సంపాదిస్తున్న వాళ్లను చూసి 7 శాతం లాభాలకు పరిమితమైన వాళ్ళు అసూయ చెందుతారు. అసంతృప్తి చెందుతారు. ఇటువంటి చిన్న చిన్న మదుపరులు బ్యాంకుల్లోనో పోస్టాఫీసుల్లోనో దాచుకోవటం మానేసి కనీసం 10-20 శాతం లాభాలు వచ్చే మార్గాల కోసం వెతుకుతుంటారు. వ్యక్తులే కాదు. వ్యవసాయంలో పెట్టుబడి పెట్టే వాళ్లు లేదా కొత్త కొత్తగా పరిశ్రమల రంగంలోకి ప్రవేశించే వాళ్లు కూడా పెట్టుబడులు పెట్టటానికి వెనకంజ వేస్తారు. పెద్ద మొత్తాలు బ్యాంకుల నుండి అప్పులు చేసి కనీసం 10 శాతం లాభాలు కూడా రాని రంగాల్లో పెట్టుబడులు పెట్టుకుని ఎందుకు తల పట్టుకు కూర్చోవాలి అన్న సందేహాలు వీళ్ల మనసుల్లో మెదులుతుంటాయి. రాత్రికి రాత్రే వంద శాతం లాభాలు పెంచుకునే మార్గాల్లో ఎందుకు ప్రయాణించకూడదు అనుకుంటారు. వంద శాతం లేదా అంతకన్నా ఎక్కువ శాతం లాభాలు సంపాదించటానికి అలాంటి మార్గాల్లో ప్రయాణించాలంటే తగిన స్థానాల్లో మనకు మిత్రులు కూడా ఉండాలి.

దీని పర్యవసానాలు సుస్పష్టమే. అస్మదీయులకు కనీసం వంద శాతం లాభాలు కట్టబెట్టేందుకు వీలుగా వ్యవహారాలు నడపటం మిగిలిన వారికి అథమస్తపు లాభాలతో సరిపెట్టుకోవాల్సిన పరిస్థితులు కల్పించటమే పెట్టుబడుల ఉపసంహరణ అంటే దేశంలో జంతు లక్షణాలున్న వాళ్లెవరూ మోర వంచుకుని ఎండిన బీట్లో మేత మేయటానికి సిద్ధం కారు. వారికి తోచిన పద్ధతుల్లో వారు కూడా తమ లాభాలు పెంచుకోవటానికి వీలుగా ఉన్నత స్థానాల్లో సంబంధ బాంధవ్యాలు ఏర్పాటు చేసుకోవటానికే ప్రయత్నం చేస్తారు. అటువంటి వాళ్లంతా తమను తాము మంత్రులకు తాబేదార్లుగానో, తాబేదార్లకు తాబేదార్లుగానో మూడోతరం తాబేదార్లుగానో మారతారు. ఈ విధంగా వ్యవహరించటం ద్వారా రాత్రికి రాత్రే వందల శాతం లాభాలు ఆర్జించొచ్చని ఆశపడతారు. మొద్దు లెక్కేసుకుంటే పరిస్థితి ఈవిధంగా ఉంటుంది : ఏ పేరు పెట్టుకున్నా వంద శాతం లాభాలు వస్తాయనుకుంటే అందులో కనీసం 10-15 శాతం ముడుపులు కింద

చెల్లించుకోవాలి. మిగిలిందంతా వాళ్ల స్వంతమవుతుంది. అటువంటి అవకాశాలున్నప్పుడు ఎవ్వరూ పరిశ్రమలు పెట్టడానికో వ్యవసాయం చేయటానికో సిద్ధపడరు. కనీసం వంద శాతం కంటే ఎక్కువ లాభాలొచ్చే రంగాలపైనా, పనులపైనా కేంద్రీకరిస్తారు. అటువంటి అదృష్టాలు స్వంతం చేసుకోవటానికి మంత్రి పదవులు కొనుక్కోవటం ఒక మార్గం. ఇంకా మరికొన్ని మార్గాలు కూడా ఉన్నాయి. దేశభక్తులైన పరిశ్రమాధిపతుల తరహాలో బ్యాంకుల నుండి రుణాలు తీసుకుని ఎగ్గొట్టడం ఒక మార్గం. అటువంటి చోట్ల లాభాలు అనంతం. లేదా దొంగతనం . దోపిడీ చేయటానికి కావల్సిన సాధనాలు సమకూర్చుకోవటం ఒక్కటే. అటువంటి సందర్భాల్లో పెట్టే పెట్టుబడి ప్రాతిపదికన లాభాల రేటు లెక్కేస్తుంటారు. హత్యలు చేయటం ద్వారా కూడా సంపాదించుకోవచ్చు. దీనికి కావల్సిన పెట్టుబడి కేవలం ఒకటి రెండు ఎకె27 తుపాకులు లేదా ఎకె 47 తుపాకులు కొనుక్కోవటానికి కావల్సిన పెట్టుబడి సమకూర్చుకోవటమే. సరైన బాధితులను ఎంపిక చేసుకుంటే అనూహ్య లాభాలు ఆర్జించవచ్చు.

ఇక్కడ ఆర్థశాస్త్రం అంటే కేవలం అడ్డగోలు మోతాదులు. పరిణామాలే. సమకాలీన దేశంలో జరుగుతున్న పెట్టుబడుల ఉపసంహరణనే అర్థశాస్త్రంగా పరిగణించే వారికి స్వాగతం. భారత రాజ్యాంగం వారికి అటువంటి హక్కులు గ్యారంటీ చేస్తోంది. అటువంటి వాళ్లను ప్రభుత్వం నుండి తప్పించటం మంచిది. ఇక్కడ పదాలు ఆచితూచి వాడాల్సిన అవసరం లేదు. పెట్టుబడుల పేరుతో జరుగుతున్నదంతా దారిదోపిడీయే. బెర్ట్రాల్డ్ బ్రెక్ట్ ఆర్థికవేత్త కాదు. కానీ పెట్టుబడిదారీ ఆర్థిక సూత్రాల గురించి అవగాహన కలిగిన వ్యక్తి. బ్యాంకును స్వంతం చేసుకోవాలంటే దాని మీద దాడిచేయాలా? అని ఆయన ఊరికే ప్రశ్నించలేదు. బ్యాంకు దోపిడీకి ప్రయత్నించే వాళ్ల పట్ల ఆయన సానుభూతి వ్యక్తం చేస్తాడు. బ్యాంకు దోపిడీకి కత్తులు నూరటం కంటే బ్యాంకు నుండి పదే పదే రుణాలు తీసుకుని ఎగ్గొడితే ఆ డబ్బుతోనే ఒక రోజు బ్యాంకును కూడా కొనేయవచ్చు. బ్యాంకులే సంపన్నుల జాబితాలు తయారు చేయటం మరింత విడ్డూరంగా ఉంటుంది. ఏమి చేస్తాం... అదే పెట్టుబడిదారీ నైతికత.

- 2-9 నవంబరు, 2002

12

జీవించే హక్కు లేమి

ఎట్టకేలకు కనుచూపు మేరలో దారి కనిపిస్తోంది. దాదాపు శతాబ్దంన్నర కాలంగా సంక్షేమ విధానాలకు అనుకూలంగా ప్రచారం చేస్తున్న వారి పట్ల అపోహల కారణంగా ప్రపంచం ఇబ్బందుల నెదుర్కొన్నది. తొలినాళ్లల్లో పెట్టుబడిదారీ వ్యవస్థ వ్యక్తిగత సామర్థ్యమే గొప్ప ప్రమాణంగా భావించింది. సామర్థ్యం కలిగిన వారే అభివృద్ధి చెందుతారు అన్నది నానుడి. సమర్ధత లేని వాళ్లకు బతికే హక్కు లేదు అంటుంటారు. ఈ సూత్రం ఆధారంగా మనిషిలోని జంతు ప్రవర్తన పురివిప్పుకుని వేగంగా పని చేస్తుంది. సమర్ధత కలిగిన కొద్ది మంది వ్యక్తులు అనూహ్య స్థాయిలో సంపద పోగేశారు. ఈ సంపదే పెట్టుబడిగా మారి పారిశ్రామిక వాణిజ్యాభివృద్ధికి పునాదులువేసింది. ఈ రకమైన అభివృద్ధి క్రమేణా వ్యవసాయ రంగానికీ విస్తరించింది. ముక్కు సూటిగా నడిచే ఈ ప్రపంచంలో సమర్థులు సకల సౌఖ్యాలు అనుభవిస్తుంటే అసమర్థులు అన్నార్తులై దీనావస్థలో ఉంటారు. పరిస్థితులు, పరిణామాలు నీళ్ళల్లో చేపల మాదిరిగా వేగంగా సాగిపోతున్నాయి. మారిపోతున్నాయి. అటువంటి సమయంలోనే సమాజానికి ఏదో చేయాలనే వాళ్లతో పెద్ద గొడవ వచ్చి పడింది. వాళ్ల నోటి వెంట మానవాళికి ఏదో చేయాలన్న ఉద్దేశ్యం పాల నురుగులా పొంగిపొర్లుతోంది. దయార్ద్ర హృదయులైన అటువంటి వాళ్ల జోక్యంతోనే వర్క్‌మెన్ కాంపెన్సేషన్ చట్టం, కనీస వేతనాల చట్టం, నివాస ప్రాంతాల చట్టం వంటి చట్టాలు ఆమోదం పొందాయి. ఆ తర్వాత పరిస్థితులు మరింత వికటించాయి. ఆర్థికవేత్తలుగా చలామణి అవుతున్న కొందరు మందబుద్ధులు పురోగామి పన్నుల విధానం ఒకటి ప్రతిపాదించారు. ఆదాయం పెరిగే కొద్దీ ప్రభుత్వాలు ఎక్కువ మొత్తం ప్రజల నుండి పన్నుల రూపంలో వసూలు చేయొచ్చు అని ఈ ప్రతిపాదకులు సూత్రీకరించారు. మధ్య యుగాల నుండీ అప్పటి వరకు అమల్లో ఉన్న తిరోగమన పన్నులు విధానం – అంటే

ప్రజల ఆదాయం పెరిగే కొద్దీ ప్రభుత్వాలు వసూలు చేసే పన్నుల మొత్తాదు అంతకంతకూ తగ్గుతూ పోయే విధానం - దీనికి పూర్తిగా భిన్నమైనది. ఈ తిరోగామి పన్నుల విధానం యథా తథంగా కొనసాగినట్లయితే మానవాళి మరింత వేగంగా పురోగమించేదన్న వాదన ముందుకొచ్చింది. స్థిరపడిపోయింది. అటువంటి విధానంతోనే ఆర్థికాభివృద్ధి నిరంతరం ఆరోహణ క్రమంలోనే ఉండేదన్నది వారి వాదన.

సుదీర్ఘకాలంగా మానవాళి మోసగించబడుతూనే ఉంది. కనీసం గత 150 సంవత్సరాలుగా ఈ మోసం నిరాఘాటంగా కొనసాగుతూనే ఉంది. ప్రస్తుతం ప్రపంచీకరణ ప్రపంచ చిత్రపటం పెల్లుబికి రావటంతో పరిస్థితులు మారిపోయాయి. విప్లవాత్మక తాత్విక ఆలోచనలను ప్రపంచానికి అందించటంలో భారతదేశం ఎన్నడూ వెనకంజ వేయలేదు. ఆర్థికరంగంలో తాత్విక విషయాలతో సహా. ఈ మధ్యనే భారత ప్రభుత్వం పన్నుల విధానంలో ఓ చారిత్రాత్మకమైన నివేదికను సమర్పించింది. ఇప్పటివరకు ఏడాదికి యాభైవేలకన్నా మించి సంపాదిస్తే ఆదాయపు పన్ను చెల్లించాలి. ఈ పరిమితిని యాభై వేల నుండి లక్ష రూపాయలకు పెంచాలని ప్రతిపాదించటం అత్యంత సాహసోపేత నిర్ణయమనే చెప్పాలి. కేవలం రెండంచెల ఆదాయపు పన్నుల విధానాన్ని ప్రతిపాదించటం ఈ నివేదికలో మరో విప్లవాత్మక చర్య. లక్ష నుండి నాలుగు లక్షల మధ్య ఆదాయం సంపాదించే వారికి 20 శాతం పన్ను రేటు, అంతకన్నా ఎక్కువ సంపాదిస్తున్న వారికి 30 శాతం పన్నురేటును ప్రతిపాదించింది. ఈ నూతన పన్నుల రేటు కూడా కేవలం తాత్కాలికమే. ఈ విప్లవాత్మక ప్రతిపాదనలు తెచ్చిన ప్రకంపనలు సద్దుమణిగిన తర్వాత పన్నుల వ్యవస్థను అజమాయిషీ చేసే అధికారులు ఏకోన్ముఖ దామాషా పన్నుల విధానాన్ని అనుసరించే అవకాశం ఉంది. ఈ దామాషా పన్నుల విధానం అంటే మధ్యయుగాల నాటి తిరోగామి పన్నుల విధానం కంటే భిన్నమైనదేమీ కాదు. ఈ కమిటీ ప్రధాన సిఫార్సులతో పాటు అనేక అదనపు విప్లవాత్మక సిఫార్సులు : డివిడెండ్ పన్ను రద్దు, దీర్ఘకాల ప్రయోజనాలు ఒనగూడే లావాదేవీల మీద పన్ను రద్దు, సంపద పన్ను రద్దు వంటివి :కూడా ఉన్నాయి. కార్పొరేట్ పన్ను కూడా ఇప్పుడున్న పతాక స్థాయి నుండి 30 శాతానికి తగ్గించాలన్న ప్రతిపాదన కూడా ఉంది. పన్నులు విధింపు నియమ నిబంధనలు రూపొందించేటప్పుడు వ్యక్తిగత ఆదాయం, కార్పొరేట్ ఆదాయం మధ్య వ్యత్యాసం చూపకూడదన్నదే వీటన్నింటి సారాంశం. ఇటువంటి ప్రతిపాదనలన్నీ మధ్యయుగాల నాటి సంస్థానాల నుండి వ్యతిరేకతను తెచ్చిపెట్టడం ఖాయం.

సరిగ్గా ఇక్కడే మన భారతీయ మేధోతనం అక్కరకొస్తోంది. ఇదే ఆలోచనా ధోరణితో ఉన్న అమెరికా, యూరప్ దేశాలకు చెందని ఆర్థికవేత్తలు కూడా ఇదే వాదనను సమర్థిస్తున్నారు. అయితే అంత బాహాటంగా సంపన్న వర్గాలకు తొత్తులమన్న ముద్ర

వేయించుకోవటానికి విదేశీ ఆర్థికవేత్తలు సిద్ధంగా లేరు. భారతీయ మేధావులకు అటువంటి బేషజాలేమీ లేవు. బాహాటంగా సంపన్నవర్గాల తొత్తులుగా కనిపించటానికి ఏమీ వెనకాడం లేదు మన మేధావులు. ఒకరిద్దరు అనుమానపు పక్షులు ఈ ప్రతిపాదనల్లో కొత్తదనం ఏమీ లేదని వాదించొచ్చు. ప్లాటో కాలం నాటికే ఈ ప్రతిపాదనలన్నీ ఉన్నాయనికూడా గొప్పలు చెప్పుకోవచ్చు. బహుశా అయి ఉండొచ్చు. స్వేచ్ఛా విపణి విషయంలో భారతీయులు ఈ లెక్కన ప్రాచీన గ్రీకులు, రోమన్లను మించిపోయారని నమ్మాలి. ఇంకా చెప్పాలంటే ప్లాటో కూడా మనకన్నా ఒకటి రెండు ఆకులు తక్కువే చదివి ఉంటాడు. నూతన సహస్రాబ్దిలో భారతీయులు నీళ్లకు నీళ్లు పాలకు పాలు తేల్చివేయగల సమర్థత సంపాదించారు. సమర్థతకు అనుగుణంగా చక్రవడ్డీ వేసి మరీ పన్నులు వసూలు చేసే సామర్థ్యాన్ని సంపాదించారు. ఇదే ఈ యుగపు లక్షణం కదా.

సీజర్‌కు చెందినది సీజర్‌కే ఇవ్వాలి. కొత్త పుంతలు తొక్కిన ఆర్థిక సూత్రాల సిద్ధాంతీకరణ కూడా దీనికి తోడయ్యింది. ఉపాంత ప్రయోజనం సూత్రం నిరర్థకమైనదని రుజువైంది. గణాంకాల ద్వారా నిరూపించగలిగినప్పటికీ ఏ ఇద్దరు వ్యక్తుల మధ్య తలెత్తే వ్యత్యాసాలు ఒకేరీతిలో ఉండవన్నది కూడా నిర్ధారణ అయ్యింది. ఈ పరిణామాలను భారత ఆర్థికవేత్తలు ఆబగా అందిపుచ్చుకున్నారు.

సమకాలీన భారతదేశం చవిచూస్తున్న విప్లవాత్మక పరిణామాలను గురించే ఇప్పటి వరకు చర్చించుకున్నాము. దేశవ్యాప్తంగా ఏకరీతి పన్నుల విధానం ప్రతిపాదనను తాజాగా రిజర్వు బ్యాంకు ముందుకు తెచ్చిన వడ్డీ రేట్ల విధానంతో కలిపి చూసినప్పుడు గానీ అసలు విషయం బోధపడదు. వడ్డీ రేట్లను నామమాత్రపు స్థాయికి తగ్గించాలని ప్రతిపాదించింది. మధ్యతరగతి, దిగువ మధ్య తరగతికి చెందిన ప్రజలు ఆందోళన చెందుతున్నారు. మరికొందరైతే ఈ వడ్డీరేట్ల కోతను గొంతు కోతతో సమానంగా భావిస్తున్నారు. ప్రజలు ఇంతగా నిరాశ చెందటానికి వారికుండే కారణాలు వారికున్నాయి. అటువంటివారిలో అనేకమంది తమ భుక్తి గడుపుకోవటానికి ఈ బ్యాంకు డిపాజిట్ల మీద వచ్చే వడ్డీపైనే ఆధారపడతున్నారన్నది వాస్తవమే. ఈ డిపాజిట్లు మీద వడ్డీ రేట్లు తగ్గటం అంటే వారి చేతికి వచ్చే ఆదాయానికి చిల్లులు పడటమే. అలాంటి పరిస్థితుల్లో వారికి కుటుంబం గడవటం కష్టంగా ఉంటుంది. ఇదంతా సంకుచిత ధోరణి, సంకుచిత విమర్శగా భావించొచ్చు. ఇటువంటి పతనం సమయంలో నష్టపోయిన సొమ్ములు తిరిగి ఆర్థిక వ్యవస్థ హుషారుగా ఉన్నపుడు సంపాదించుకోవచ్చు. ఆదాయ పంపిణీకి సంబంధించిన విషయాలు కూడా నిరంతరం పడిపోతున్న బ్యాంకు వడ్డీ రేట్లతో ముడిపడి ఉన్నాయి. మధ్యతరగతి, దిగువ మధ్యతరగతి బ్యాంకు వడ్డీ రేట్ల కోత కారణంగా కోల్పోయే ఆదాయం అనివార్యంగా ఎగువమధ్యతరగతికి అదనపు వెసులుబాటు కల్పిస్తోంది.

ఈవిధంగా లబ్ధి పొందుతున్న ఎగువ మధ్యతరగతి వర్గాల్లో వ్యాపారస్తులు, పెట్టుబడిదారీ రైతాంగం, బడా పెట్టుబడిదారులు కూడా ఉన్నారు. వీరికి ఒనగూడే అదనపు రాయితీ వల్ల వారి వ్యాపార, ఆర్థిక లావాదేవీలు మరింత విస్తరించుకునే అవకాశం కలుగుతుంది. తద్వారా వారి ఆదాయాలు కూడా ఇబ్బడి ముబ్బడిగా పెరిగే అవకాశం ఉంది. అంతకంతకూ పోగుపడుతున్న జాతీయ సంపదలో పేదల వాటా తిరస్కరించబడుతోంది. పెద్దలవాటా మరింతగా పెరుగుతోంది. ఈ రకంగా సంపద పోగుపడటమే ఎదుగుదలగా భావించబడుతోంది. ఇక్కడ ఒక విషయాన్ని అర్థం చేసుకోవాలి. దేశం ముందుకెళ్లాలంటే ఏవో కొన్ని సామాజిక తరగతులు కడగండ్లనెదుర్కోవాల్సిందే.

వీటన్నిటి నడుమ మూడో ఆలోచనా ధోరణి మొగ్గ తొడుగుతుంది. ఇది కొనుగోళ్లు, అమ్మకాలకు సంబంధించిన ఆలోచన. ప్రస్తుతం అమల్లో ఉన్న ఆర్థిక ద్రవ్య విధానాల్లో సరిగ్గా ఇమిడే అంశం పెట్టుబడుల ఉపసంహరణ. పన్నుల తగ్గింపు ప్రభుత్వ ఖజానా కుదించుకుపోవటానికి, తద్వారా ప్రభుత్వ కార్యకలాపాలు కుదించుకుపోవటానికి దారితీస్తుంది. దీంతో అనివార్యంగా ప్రైవేటు రంగం విస్తరిస్తుంది. ఈ విధంగా బ్యాంకు పొదుపుపై వడ్డీ రేట్ల కోత పెట్టుబడులకు సంబంధించిన నిర్ణయాలను ప్రభావితం చేస్తుంది. వడ్డీ రేట్లు కోత అంటే పెట్టుబడి వ్యయ భారాన్ని తగ్గించటమే. పెట్టుబడుల ఉపసంహరణ కూడా అదే తరహా ప్రభావాన్ని చూపనున్నది. ప్రభుత్వ రంగ సంస్థలను తెగనమ్మితే ప్రభుత్వం వద్ద కొంత అదనపు నిధులు సమకూరుతాయన్న వాదనలో నిజం లేకపోలేదు. అయితే ఇది తాత్కాలిక ప్రభావం మాత్రమే. లాభాలు ఆర్జిస్తున్న ప్రభుత్వ రంగ కంపెనీలను ప్రైవేటీకరించటం దీర్ఘకాలంలో ప్రైవేటు పెట్టుబడిదారులకు మరెన్నో ప్రయోజనాలు కల్పించనుంది. అధికారంలో ఉన్న వాళ్లు రానురాను ఆయా కంపెనీల వ్యవహారంలో జోక్యం చేసుకునే అవకాశాలు తగ్గిపోతాయి. లాభాలార్జించే ప్రభుత్వరంగ సంస్థల అమ్మకంతో దీర్ఘకాలంలో ప్రభుత్వ ఆదాయాలు పతనమవుతాయి. దాంతో ప్రభుత్వం ఏ రూపంలో తన కార్యకలాపాలు విస్తరించాలన్నా అనేక పరిమితులు వచ్చిపడతాయి.

ఈ వాదనలు మూడు మార్గాల్లో ప్రయాణం ప్రారంభించినప్పటికీ అంతిమంగా వీటి ప్రభావం మాత్రము ఒక్కటే. ప్రైవేటు రంగానికి మరింత విస్తారమైన అవకాశాలు కల్పించటం. మార్కెట్ వ్యవస్థల కోసం లియోన్ వాల్రస్ కనిపెట్టిన సాధారణ సమతౌల్యత సిద్ధాంతంతో దేశ ఆర్థిక వ్యవస్థలో చోటు చేసుకుంటున్న తాజా పరిణామాలు అనేక పోలికలు కలిగి ఉన్నాయి. మార్కెట్‌లో వేర్వేరు దశల్లో ఉన్న ధరల వ్యత్యాసాలు ఏదో ఒక దశలో స్థిరీకరించబడతాయి. అంటే ఎక్కడో ఒక చోట ఈ ధరలు సమతౌల్యతను సాధిస్తాయి. ఈ క్రమంలో అనేక సందర్భాల్లో ధరలు ధక్కాముక్కీలు తింటాయి. ఎగుడు దిగుళ్లకు లోనవుతాయి. భారత ఆర్థిక నీతి రూపకల్పనలో కూడా ఇదే తరహా

ధోరణులను మనం నేడు చూస్తున్నాము. తొలిదశలో కనిపించే ఎగుడు దిగుళ్ల దశను అధిగమించి ముందుకు వచ్చాక ఆర్థిక వ్యవస్థలో ద్రవ్య విధానం, పరపతి విధానాలు ఒకదానితో ఒకటి పోటీ పడే దశ నుండి పరస్పరం సహకరించుకునే దశకు చేరతాయి. పెట్టుబడుల ఉపసంహరణ విధానానికి కూడా ఈ సూత్రం వర్తిస్తుంది. ఈ విధానాలన్నీ ఒకే మజిలీకి చేరుకోనున్నాయి. కేవలం సంపన్నులు మాత్రమే సుఖజీవనం గడపగలిగే పరిస్థితులను సృష్టించటమే ఈ విధానాల అంతిమ మజిలీ. మిగిలిన వాళ్లంతా తమ దురదృష్టాన్ని తలుచుకుని కుంగిపోతూ ఉంటారు.

అందువల్లనే భారత ఖజానాలోని విదేశీ మారకద్రవ్య నిల్వలు 65 బిలియన్ డాలర్లను మించిపోతున్నాయంటే పెద్దగా ఆశ్చర్యపడాల్సిన అవసరం లేదు. రాత్రికి రాత్రే లాభాలు మూటగట్టుకు పోయే విదేశీ మదుపరులకు ఇప్పుడు భారతదేశం పుణ్యక్షేత్రంగా మారింది. సంపన్నులు, పన్నులు చెల్లించటం అంటే వంటి మీద జెర్రులు పాకినట్లు భావించే వాళ్లు, ఇతరుల నుండి రుణాలు స్వీకరించిన వారు దేశంలో సుభిక్షంగానే ఉన్నారు. విదేశాల్లో దాచుకున్న మదుపు సొమ్ము మీద వచ్చే ఆదాయానికి దేశీయంగా వడ్డీ రేట్ల తగ్గింపు వల్ల వచ్చిన ధోకా ఏమీ లేదు. దాంతో స్టాక్ మార్కెట్‌లో సంపాదించే లాభాలన్నీ విదేశాలకు తరలించబడుతున్నాయి. దేశంలో సంపాదించే లాభాలు దేశీయ ఆర్థిక వ్యవస్థలో పెట్టుబడులుగా మారటం లేదన్నది వేరే సమస్య. జీవితంలో అందరూ అన్ని పనులూ చేయలేరు. విదేశీ మారకద్రవ్యం పెద్దఎత్తున పోగుపడటంతో దేశంలోనే డాలర్లలో లావాదేవీలు జరిపే ఖాతాలు ప్రారంభించేందుకు సంపన్నులకు అవకాశాలు పెరిగాయి. విదేశీ వాతావరణం, విదేశీ సరుకులంటే మోజు పడే వాళ్ల కోరికలు తీర్చటం ఇప్పుడు ఏమంత కష్టం కాబోదు. అదృష్టవంతులైన కొందరు భారతీయులు చంద్రమండలం మీదకో బృహస్పతి గ్రహం మీదకో ప్రయాణించే విమానంలో సీట్లు కూడా ముందుగానే ఖరారు చేసుకునేంత సంపద సమకూర్చుకున్నారు. ఆకలి దప్పికలు, ఆకలి చావులు కొనసాగుతూనే ఉంటాయి. అసమర్థులు కనీసం జీవించే ప్రాథమికు హక్కుకు సైతం భంగం కలుగుతుందని గొంతు చించుకునే అవకాశం లేదు. జీవించే హక్కు ప్రాథమిక హక్కు అన్నది రాజ్యాంగం యథాలాపంగా పేర్కొన్న హక్కు మాత్రమే.

- 23 నవంబరు, 2002

【13】

నేరము - శిక్ష

దుర్బలమైన ఈక్వెడార్ కూడా వామపక్ష పంథాను అనుసరిస్తోంది. కొలంబియాలో పాలక మాఫియాకు ఆందోళన పెరిగి ఈక్వెడార్‌లోని మార్క్సిస్టుల మీదకి యవ్వనంతో చిమచిమలాడే సుందరాంగులను ఎగదోస్తే ఎలా ఉంటుందన్న కొత్త కొత్త ఆలోచనలు చేస్తోంది కొలంబియా పాలకవర్గం. తిరుగుబాటుదారులు ఈ సుందరాంగుల ప్రలోభాలను ప్రభావాలను కాదనలేకపోవచ్చు. విశ్వామిత్రుడి మీదకు లంఘించిన మేనకలాగా ఈక్వెడార్ విప్లవకారుల మీదుకు సుందరాంగులైన భామలనే బాంబులుగా ప్రయోగిస్తే విప్లవకారులు తమ ముందున్న కర్తవ్యాన్ని విడనాడతారన్నది అమెరికా ప్రాపకంతో పని చేస్తున్న పాలకవర్గాల ఆశ.

ఏది ఏమైనా ఆశ మానవజాతి సహజాతం. కొలంబియా సైనిక నియంతలకన్నా అమెరికా ఇటువంటి కుయుక్తులను మరింత చాకచక్యంగా పన్నగలుగుతుంది. ఇరాక్‌లో సద్దాం హుస్సేన్ ప్రభుత్వంలో పని చేస్తున్న శాస్త్రవేత్తలు ఆ దేశం వీడి అమెరికాలో స్థిరపడటానికి సిద్ధమైతే వారికి కావల్సిన నజరానాలు చెల్లించటానికి అమెరికా అధ్యక్షునికి అధికారం కట్టబెడుతూ అమెరికా పార్లమెంట్ తాజాగా ఓ చట్టం కూడా ఆమోదించింది. అలా సిద్ధపడిన శాస్త్రవేత్తలకు, వారి కుటుంబాలకు అమెరికా నేలమీద అడుగుపెట్టిన వెంటనే పౌరసత్వం ఇస్తామని, జీవితాంతం రక్షణ కల్పిస్తామని, భారీ వేతనాలతో కూడి ఉద్యోగాలు కల్పిస్తామని ఈ చట్టం ప్రతిపాదిస్తోంది. ఈ ప్రతిపాదనల వెనక ఉన్న సూత్రం తెలిసిందే. డబ్బుంటే కొండ మీద కోతి అయినా దిగివస్తుంది. ఇరాక్ శాస్త్రవేత్తలు సద్దాం హుస్సేన్ ప్రభుత్వం ఆదేశాల మేరకు ధర్మో న్యూక్లియర్ ఆయుధాల రూపకల్పనలో నిమగ్నమై ఉన్నారు. అలాంటి వారికి అమెరికా చూపించే తాయిలాలు తిరస్కరించలేని స్థాయిలో ఉన్నాయి. కొందరి విషయంలో దేశభక్తి వెల కట్టలేని వస్తువన్న ఊహ కూడా అమెరికా ఆలోచనలకు తట్టదు. కానీ పరిస్థితులు ఆందోళనకరంగా ఉన్నపుడు

ఆందోళనతో కూడిన ప్రతిపాదనలు కూడా వస్తాయి. ఐక్యరాజ్యసమితి నిపుణుల బృందం ఇరాక్ తప్పేమీ లేదని నివేదిక ఇచ్చినా ఆశ్చర్యపడాల్సిందేమీ లేదు. అమెరికా ఏకపక్ష దాడులకు అంతర్జాతీయ వాతావరణం అనువుగా లేదు. అటువంటి పరిస్థితుల్లో ప్రత్యామ్నాయ వ్యూహాలు అనివార్యమవుతాయి. ఉదాహరణకు ఇరాక్‌లో అత్యంత నిపుణులు, మేధావులు అయిన వారిని లోబర్చుకోవటానికి అమెరికా ఏకంగా ఓ చట్టమే ఆమోదించవచ్చు. ఈ ప్రతిపాదనలను ఇరాకీ శాస్త్రవేత్తలు తిరస్కరిస్తే అమెరికా అధ్యక్షుడైనా చేయగలిగిందేమీ లేదు. గోళ్లు గిల్లుకోవటం తప్ప.

ఇక్కడ భారతదేశంలో కూడా అటువంటి చట్టాలు రూపొందించే ప్రయత్నం జరుగుతోంది. అయితే అమెరికా ఆశించినంత భారీ ప్రయోజనాల కోసం కాదనుకోండి. చిన్న చిన్న ప్రయోజనాలు ఆశించి అటువంటి చట్టాలు రూపొందించటానికి కేంద్ర ప్రభుత్వం ప్రయత్నిస్తోంది. వాగాడంబరం, మన మంత్రిపుంగవులు తోబుట్టువులు. ఈ మధ్య కాలంలో మన మంత్రులు ఈ విద్యలో మరింత ప్రావీణ్యం సాధించారు. మహిళల విషయాల్లో తప్పుగా ప్రవర్తించిన వారికి మరణదండన ఖాయం చేస్తూ చట్టం చేయాలని ఉప ప్రధాని శెలవిచ్చారు. స్వభావ రీత్యానే బాధ్యతారాహిత్యానికి భారత రక్షణ మంత్రి పెట్టింది పేరు. ఆయన ఈ విషయంలో మరో అడుగు ముందుకేశాడు. ఆయన ఏమంటున్నాడో ఆయన మాటల్లోనే విందాం. "ఈ విషయంలో ఉప ప్రధాని ప్రతిపాదనతో ఏకీభవిస్తున్నాను. చైనా తరహాలో ఈ శిక్షలు అమలు జరగాలన్నది నా వక్కాణింపు." అంటే మన రక్షణ మంత్రికి చైనా పట్ల మోజు కలగటానికి నలభై ఏళ్లు పట్టింది. ఈ విషయాల్లో చైనా వ్యవహార శైలిని అనుసరించటం గురించి ఆయన మనసులో మాట ఇది :

" ఒక వ్యక్తి చైనాలో తప్పు చేస్తూ పట్టుబడితే మరునాడే కోర్టులో హాజరుపరుస్తారు. ఆ మరునాడు జైల్లో పెడతారు. సదరు దోషి అప్పీలుకు కూడా వెళ్లొచ్చు. కానీ ఈ అప్పీలు ఒక్కరోజులో కొట్టివేయబడుతుంది. యధా ప్రకారం దోషి తన జైలు గదికి తిరిగి రావాలి. ఆ తర్వాత అతన్ని చంపటానికి అయ్యే తుపాకీ తూటా ఖర్చు భరించాలని ఆ వ్యక్తి కుటుంబాన్ని ప్రభుత్వం అడుగుతుంది."

రక్షణ మంత్రి మాటలు అక్షరాలా నిజం. రక్షణ మంత్రి వివరించి శిక్షలు కేవలం రేపిస్టులకు మాత్రమే పరిమితం కాదు. అన్ని రకాల నేరాలు చేసిన వారందరికీ ఇదే తరహాలో శిక్షలు అమలవుతాయి. అవినీతికి పాల్పడిన వారికి కూడా ఇదే శిక్షలు. చైనాలో బెదిరింపులకు పాల్పడితే కాల్చివేతకు గురవుతారు. ప్రజా ధనాన్ని చోరీ చేస్తే కాల్చివేత. బంధువుల్లో ఎవరో ఒకరికి అక్రమంగా ఉద్యోగం వేయించుకుంటే అటువంటి అధికారికి నూకలు చెల్లినట్లే. కంపెనీ ఖాతాలు తారుమారు చేస్తే ఈ భూమ్మీద బతికే

హక్కు కోల్పోతారు. మంత్రిగానో, ఉప మంత్రులుగానో ఉంటూ ప్రభుత్వ కాంట్రాక్టులు ద్వారా కమీషన్లు పొందితే మరణదండనే బహుమతిగా వస్తుంది. అయ్యా అమాత్య వర్యా... సమస్యంతా ఇక్కడే ఉంది. చైనా నేడు ఈ స్థితిలో ఉందంటే అక్కడ చట్టాలు ప్రజలందరికీ ఒకేరకంగా అమలవుతాయి. ప్రభుత్వ ఉన్నతాధికారులు, మంత్రులు, సాధారణ పౌరులు అన్న తేడా ఏమీ ఉండదు. సమకాలీన చైనా న్యాయవ్యవస్థ ఈ దశకు చేరటం వెనక సుదీర్ఘకాలం కొనసాగిన సామాజిక విప్లవాలు పునాదిగా ఉన్నాయి. ఫలితంగా జరిగిన ప్రక్షాళన కూడా అదే స్థాయిలో ఉంది. చైనా ఏయే విషయాల్లో ప్రయత్నం చేసి విజయం సాధించిందో మనం కనీసం ఊహించను కూడా ఊహించజాలం. అందువల్ల కొత్త పుంతలు తొక్కే ప్రయత్నంలో పడరాని పాట్లు పడే కంటే నోటిని అదుపులో ఉంచుకోవటం రక్షణ మంత్రివర్యులకే మంచిది.

వాగాడంబరం తగ్గించి రక్షణ మంత్రి తన పరిధికి, ఆలోచన స్థాయికి తగ్గ విషయాలకు పరిమితమైతే బాగుంటుంది. ఉదాహరణకు మధ్యప్రదేశ్ రాష్ట్రంలో బాలాఘాట్ జిల్లాలో గత జూలై నుండి భువనేశ్వరీ దేవి అనే మహిళ ఎదుర్కొంటున్న సమస్యలు పరిష్కారం చేయగలిగితే రక్షణ మంత్రి గొప్ప పని చేసినవాడవుతాడు. ఓ గ్రామంలోని పాఠశాలలో ఓ దయార్ద్ర హృదయుడైన ప్రధానోపాధ్యాయుడు ఆమెను విద్యా వలంటీర్గా నియమించాడు. భూస్వామ్య విలువలు నిలువెల్లా వంటబట్టించుకున్న ఈ ప్రాంతంలో ఓ మహిళ గడప దాటి బడికి వెళ్లి పాఠాలు చెప్పటం అన్నదే అస్సలు ఊహకందని విషయం. గ్రామ పెద్దకు కూడా ఈ విషయం మింగుడు పడలేదు. దాంతో ఈ యువతికి వయస్సులో ఆమెకు రెండింతలు పెద్దవాడైన ప్రధానోపాధ్యాయునికి అక్రమ సంబంధం అంటగడుతూ పుకార్లు లేచాయి. పంచాయితీ పెద్ద పంచాయితీ సమావేశం పెట్టి ఆమెను దోషిగా నిలబెట్టాడు. విచారణ జరిగింది. తప్పుడు ఆరోపణలు, తప్పుడు సాక్ష్యాలు యథా ప్రకారం జరిగిపోయాయి. పంచాయితీ పెద్దలంతా సమావేశమయ్యారు. పది నిమిషాల్లో తీర్పు సిద్ధమైంది. సదరు యువతి గ్రామ రీతి రివాజులు తప్పి వ్యవహరించిందని తీర్మానం అయ్యింది. శిక్ష కఠినంగా నిర్దేశించబడింది. ఏమిటంటే గ్రామ కట్టుబాటును ఉల్లంఘించిన ఆమెపై గ్రామం అంతా చూస్తుండగానే అత్యాచారం చేయాలన్నది శిక్ష. దీనికి గాను గ్రామ పెద్దలు నలుగురుని ఎంపిక చేశారు. పంచాయితీ సర్పంచి కూడా అందులో ఒకడు. మహాభారతంలో ద్రౌపదీ వస్త్రాపహరణాన్ని పోలిన సంఘటనకు తెరతీసింది ఈ గ్రామం. గ్రామస్తులంతా గుడ్లప్పగించి చూస్తూ ఉండిపోయారు. అదే సమయానికి ఆమె భర్త కొంతమంది స్నేహితులతో కార్లో దిగాడు. ఎట్టకేలకు అమాయకురాలైన భువనేశ్వరీదేవిని కాపాడి తీసుకెళ్లగలిగారు. స్థానిక పోలీసు స్టేషన్లో ఫిర్యాదు చేయటానికి వెళ్లింది. పోలీసులు ఫిర్యాదు తీసుకోలేదు. అనేక సార్లు విఫల ప్రయత్నం చేసిన తర్వాత డిఎస్పీని కలిసింది. కాళ్లా వేళ్లా బతిమాలుకున్న తర్వాత పంచాయితీ సర్పంచి ఇతరుల

మీద ఫిర్యాదు తీసుకోవటానికి అంగీకరించాడు. అయితే మూకుమ్మడి అత్యాచారానికి సంబంధించిన ఫిర్యాదు దాఖలుచేయటానికి ఆయన కూడా అంగీకరించలేదు. కేవలం ఓ మహిళను బహిరంగంగా దుర్భాషలాడారని మాత్రమే ఫిర్యాదు రాసుకున్నాడు. ఆ నలుగురు అరెస్టు కావటం జామీను మీద బయటకు రావటం గంటల్లో జరిగిపోయింది. ఆ తర్వాత చెప్పుకోదగ్గ పురోగతి ఏమీ లేదు. కేసును కోర్టుకు పంపలేదు. విచారణ జరగలేదు. గ్రామస్తుల పోరు భరించలేక భువనేశ్వరీదేవిని మాత్రం సొంతూరు నుండి 12 కిలోమీటర్ల దూరంలో ఉన్న మరో పాఠశాలకు బదిలీ చేశారు. డొక్కు సైకిలు మీద ఎత్తుపల్లాలతో నిండిన దారి గుండా ఆమె రోజుకు పాతిక కిలోమీటర్లు ప్రయాణం చేయాల్సి వస్తోంది. ఆమెకు ఎటువంటి భద్రతా కల్పించలేదు. వచ్చేటప్పుడు పోయే టప్పుడు ఏ సమయంలోనైనా ఆమె మీద దాడి చేయటం తేలికే.

అయ్యా రక్షణ మంత్రిగారూ, ఇంకా కొత్త కొత్త చట్టాలు గురించి ఆలోచించి సమయం వృథా చేసుకోకుండా మీరు గానీ, ఈ దేశ ఉప ప్రధాని గానీ మీ పరిధిలో ఉన్న చట్టాలు అవకాశాలు ఉపయోగించి ఈ వ్యవస్థలో పరిధిలో భువనేశ్వరీ దేవికి న్యాయం జరిగేలా చేస్తారా? లేక ఆర్యావర్తలో నలుగురు ఆకతాయిలు తమ రాక్షసానందం కోసం ఓ మహిళను పట్టపగలు ఊరందరి ముందు పదే పదే మానభంగం చేసిన మరో సాధారణ మహిళ గురించన్నా దృష్టి పెడతారా? ఆ రెండో మహిళపై ఊళ్లో వాళ్లు పలుమార్లు మానభంగానికి పాల్పడ్డారు. గ్రామ పంచాయితీ ఈ విషయాన్ని పరిశీలిస్తోంది. ఆమె అనుభవించిన క్షోభకు నష్టపరిహారంగా ఈ నలుగురు రాక్షసుల మీద రెండు వేల రూపాయల జరిమానా విధించారు పంచాయితీ పెద్దలు. ఆ డబ్బు వచ్చినపుడు ఆమెకు అందచేస్తారట. ఈ రాక్షసులు ఆ డబ్బు చెల్లిస్తారో లేదో కూడా తెలీదు. (గోద్రా అనంతర పరిణామాల్లో మహిళలు ఎదుర్కొంటున్న మరింత దురదృష్టకరమైన సంఘటనలకు సంబంధించి ఇక్కడ వివరించకపోవటమే ఉత్తమం).

మంత్రులు సర్వజ్ఞులు. కొన్ని కేసులు నమోదే కాని సంగతి, నమోదైనవి కూడా ఘోరమైన నేరాలుగా నమోదు కాకపోవటం, అలా నమోదైన కేసులు ఏళ్ల తరబడి విచారణలో మగ్గటం వంటి విషయాలు మంత్రి పుంగవులకు తెలీని విషయాలేమీ కాదు. భువనేశ్వరీకి జరిగిన అవమానాన్ని ఓ సాదా సీదా కేసుగా పరిగణించి పక్కన పడేశారన్న విషయం కూడా వారికి తెలీదు అనుకోలేము. దేశం పరిపాలన వ్యవస్థ కుప్పకూలలేదు. కానీ దళితులు, సామాజికంగా వెనకబడిన వర్గాలకు సంబంధించినంత వరకు అసలు ఈ చట్టాలు ఉనికిలో ఉన్నా లేనట్లే లెక్క. సంపన్నులు వెయ్యి మానభంగాలు చేయొచ్చు. హత్యలు చేయొచ్చు. వేల కోట్ల ప్రజాధనాన్ని దొంగిలించొచ్చు. అయినా చట్టం వారి నీడను కూడా తాకలేదు. చట్టం పరిధికి దూరంగా ఉండేందుకు ఈ సంపన్నులు అనుసరించే

మార్గాలు అనేకం ఉన్నాయి. ఈ మధ్యనే ఆర్థికమంత్రి పార్లమెంట్‌లో మాట్లాడుతూ ఖాయిలా పడిన జాతీయ బ్యాంకుల్లో వాటాలు అమ్మటానికి కొన్ని నియమ నిబంధనలు రూపొందిస్తున్నామని ప్రకటించారు. నిజం చెప్పాలంటే బ్యాంకులను ప్రైవేటీకరించటానికి విధి విధానాలు రూపొందిస్తున్నారన్నమాట. ఈ బ్యాంకుల నుండి వందలు వేల కోట్ల రుణాలు పొందిన బడా బడా వాణిజ్యవేత్తలు, పరిశ్రమాధిపతులు రూపాయి చెల్లించకుండా తప్పించుకోవటమే ఈ బ్యాంకులు దివాళా తీయటానికి కారణం. తమ సంపదను పదింతలు చేసుకోవటానికే ఈ వ్యాపారవేత్తలు బ్యాంకులను లూటీ చేశారు. అటువంటి వాళ్ల వద్ద పోగుపడ్డ సంపద గురించి మనం పల్లెత్తి మాట్లాడటానికి అవకాశం లేదు. దీనికి బదులు ఆర్థిక మంత్రి బ్యాంకుల ప్రైవేటీకరణకు కొత్త ప్రవచనాలు ప్రబోధిస్తున్నాడు. ఈ విధంగా ప్రైవేటీకరించటం అంటే కొత్త కొత్త ఆర్థిక సూత్రాలు అమల్లోకి తేవటమే. అదేమంటే ఏదన్నా బ్యాంకు స్వంతం చేసుకోవాలంటే ఆ బ్యాంకు నుండి ముందు అప్పు తీసుకోవాలి.

రక్షణ మంత్రి వెల్లడించిన వివరాలకు వస్తే ఈ విధంగా ప్రభుత్వానికి రుణాలు ఎగ్గొట్టిన వారిని చైనాలో అయితే కాల్చి పారేస్తారు. కానీ భారతదేశంలో దీనికి భిన్నంగా ఒక్కో బ్యాంకు లూటీ చేసిన మోతుబరులకు ఒక్కో బ్యాంకును బహుమతిగా అప్పగిస్తారు. చైనాలో ప్రభుత్వ హోదాల్లో ఉండి అవినీతికి పాల్పడిన వారిని విచారణ కూడా లేకుండా గద్దె దింపటం సాంప్రదాయం. కానీ భారతదేశంలో అటువంటి వారికి పదవులు పదోన్నతులు ఇవ్వటం మన సాంప్రదాయం. వీలైతే భారతరత్న కూడా కట్టబెడతాం.

అటువంటిది నేరస్తులకు తగిన విధంగా శిక్షలు వేయటం లేదని గొణుక్కోవటం ఎందుకు? చట్టాలు ఉల్లంఘించటం ఇప్పుడు అంతర్జాతీయంగా గౌరవప్రదమైన పనిగా మారింది. ఇరాక్ విషయంలో అమెరికా మదం చూడండి. జెనీవా, వియన్నాల్లో ఆమోదించుకున్న అంతర్జాతీయ న్యాయ సూత్రాలు గాలికొదిలేయబడ్డాయి. అమెరికా అధ్యక్షుడు ఏది అనుకుంటే అదే అంతర్జాతీయ చట్టం. ఆస్ట్రేలియా ప్రధాని కూడా ఇప్పుడు ఈ గుంపులో కలిసిపోయాడు. అంతర్జాతీయ చట్టాలు కేవలం పక్షుల కోసమే. ఆస్ట్రేలియా ప్రధాని కావాలనుకుంటే ఫిలిప్పీన్స్ మీదనో, థాయ్‌లాండ్ మీదనో, మలేసియా మీదనో లేదా మరో దేశంలో ఉగ్రవాదులు తలదాచుకున్నారు అని భావిస్తే ఆ దేశం మీదనో ముందస్తు దాడికి సిద్ధమవుతామంటున్నాడు. ఎక్కడ చూసినా చట్టవిరుద్ధంగా వ్యవహరించటమే చట్టంగా మారింది.

- 21 డిసెంబరు, 2002

14

అబ్బా... తనఖా వ్యాపారం

తనఖా వ్యాపారం అన్న పదానికి ఇంతవరకు ఏ పద కోశమూ, నిఘంటువూ అర్థం వివరించలేదు. అయితే మాత్రం ఏంటి? జార్జి డబ్లు బుష్ లాంటి వాళ్లతో నిండిన, నడపబడుతున్న ప్రపంచం తనఖా వ్యాపారంతో కూడా పరిచయం పెట్టుకోవాలి. ద్రవ్యరూపంలోని ఆస్తి హక్కుల హామీ, తనఖా, పునర్నిర్మాణ చట్టం (సెక్యూరిటైజేషన్ అండ్ రీకన్‌స్ట్రక్షన్ ఆఫ్ ఎన్‌ఫోర్స్‌మెంట్ ఆఫ్ సెక్యురిటీ రైట్స్ యాక్ట్) అనే పేరుతో బుష్ ప్రభుత్వం ఓ చట్టం ఆమోదించింది. లేదా ఇది బహుశా అధ్యాదేశం (ఆర్డినెన్స్) రూపంలోనే ఉండి ఉండవచ్చు. ఈ పేరుకు అర్థమేమిటి అని తలలు పట్టుకోవద్దు. ఈ చట్టం ద్వారా కలిగే జంట ప్రయోజనాల గురించి కప్పులేచిపోయేంత స్థాయిలో ప్రచారం చేస్తున్నారు. ఈ చట్టం నాయకుల హక్కులు ప్రయోజనాలు కాపాడేందుకే తెచ్చిన చట్టం కాబట్టి దీనిపై ఆ మాత్రం గట్టి నమ్మకం తో ఉన్నారు. అదేసమయంలో రుణగ్రహీతల జవాబుదారీతనం విషయంలో ఎటువంటి చట్టపరమైన జోక్యానికి అవకాశం లేకుండా ఈ చట్టం అవకాశం కల్పిస్తుందని చెప్తున్నారు. నిజమేనా? చట్టం ఎంత గొప్పదైనా దాంట్లో ఏది అమలు జరగాలి ఏది కాదు అన్నది నిర్ధారించేది నియమనిబంధనలే. కాగితాల మీద అంతా సుస్పష్టంగానే కనిపిస్తుంది. రుణాల వసూలుకు హామీ ఉండటం, కంపెనీలపై క్రమశిక్షణతో ఉండేలా చేయటం వంటి వన్నీ ఒక్కసారిగా ఈ చట్టంతో మటుమాయమైపోతాయని చెప్తున్నారు.

ఇవన్నీ పేకమేడలే. అన్ని రంగాల్లోనూ రాజకీయాలే ఆధిపత్యం చలాయిస్తున్నాయి. చలాయిస్తాయి కూడా. దేశ ఆర్థిక ద్రవ్య వ్యవస్థలు దీనికి మినహాయింపు కాదు. కార్పొరేట్ సముద్రంలో తిమింగలాలు కదులుతున్నాయి.

భారతదేశంలోని కార్పొరేట్ దిగ్గజాలు ఈ విషయంలో ఆందోళన పడాల్సిందేమీ లేదు. ఈ తిమింగలాలను అందుకోలేని విధంగా నియమ నిబంధనలు రూపొందించబడతాయి. దీనికి కావల్సిన వ్యూహం చాలా తేలికైనదే. సెక్యూరిటీస్ ఇంటరెస్ట్ (ఎన్‌ఫోర్స్‌మెంట్) రూల్స్ అమల్లోకి తేవాలంటే ఒక బకాయిని పారు బకాయిగా ఖరారు చేయాలి. ఒక బకాయి పారు బకాయిగా ఖరారు చేయాలంటే ఆయా ఖాతాల కింద భారీ మొత్తాలు పేరుకు పోవాలి. ఇక్కడే అసలు విషయం బట్టబయలవుతుంది. జాతీయ వాణిజ్య బ్యాంకుల్లో పారు బకాయిలు దాదాపు రెండు లక్షల కోట్ల వరకు చేరాయి. ఈ మొత్తాన్ని వసూలు చేయటానికి బ్యాంకులు ఏ ప్రయత్నాలు చేస్తాయన్నది అంతుచిక్కని ప్రశ్నగా మిగిలింది. మరీ అంత ఆందోళనేమీ వద్దు. బ్యాంకులు ఇంత అదరగొండిగా ఉండవులే. కుబేరుల పారు బకాయిల మీద తనఖా నిబంధనలు కొరడా ఝుళిపించటానికి కావల్సిన వనరులు తమ వద్ద లేవని బిక్క మొహం వేస్తాయి. దశాబ్దాలు, ఏళ్ల తరబడి ఈ కుబేరులు బ్యాంకుల సొమ్ము దోచుకుంటూనే ఉన్నారు. ఒక్కసారి కూడా నయాపైసా చెల్లించే ప్రయత్నం చేయలేదు. ఏ కొత్త చట్టమూ వారిని అదుపులోకి తీసుకురాలేదు. బ్యాంకులు వాళ్ల నీడను కూడా తాకలేవు. అంటే ఎంత భారీగా అప్పులున్నా ఈ కుబేరులు కులాసాగానే ఉంటారు. తనఖా చట్టమంటే ఇదే.

కానీ ప్రభుత్వం సాహసోపేతమైన సంస్కరణల ఢంకా బజాయిస్తూనే ఉంటుంది. ప్రభుత్వం కానీ బ్యాంకులు గానీ చిన్న చితక ఖాతాదారులపైనే తమ ప్రతాపం చూపిస్తూ ఉంటాయి. ఓ యువకుడు స్వయం ఉపాధి కోసం పదివేల రూపాయలు రుణం తీసుకున్నాడు. మూడే కిస్తీలకు మించి వడ్డీలు చెల్లించలేకపోయాడు. బ్యాంకులు అతని ఆస్తులు స్వాధీనం చేసుకున్నాయి. 500 సీట్లతో నడుస్తున్న సినిమా హాలు యజమాని హాల్లో ఏసి పెట్టడానికి ఇరుగు పొరుగున ఉన్న బ్యాంకుల నుండి నాలుగైదు లక్షలు రుణం తీసుకుని తిరిగి చెల్లించటం విఫలమైతే అతన్ని సినిమా హాలు నుండి బయటకి నెట్టేస్తాయి బ్యాంకులు. ఓ తండ్రి తన కూతురు పెళ్లి కోసం, కట్నం కోసం అప్పు చేసి తిరిగి చెల్లించటం ఎలా అని దిక్కుతోచని స్థితిలో ఉంటే అతని ఇంటిని బ్యాంకులు స్వాధీనం చేసుకని అతనికి నరకం చూపిస్తాయి. బ్యాంకు అధికారులు కాస్త హుషారైన వాళ్లయితే పెళ్లి కూతురు ఇంటి మీద దాడి చేసి ఆమెకు పెళ్లిలో పెట్టిన నగలు కూడా ఒంటి మీద నుండి ఒలుచుకుపోతారు. ఈ రకంగా చూసినప్పుడు తనఖా నిబంధనలు వరకట్న వ్యతిరేక ఉద్యమంలో భాగమేనని భావించాలేమో! ఇటువంటి చిన్నా చితక రాయితీలు కల్పించినందుకు మనం సంతోషించాల్సిందే.

భారీ మొత్తాలు ఎగ్గొట్టి కుబేరులైన నేరస్థులేమో కాలు మీద కాలేసుకుసని కులాసాగా కూర్చున్నారు. తీసుకున్న అప్పులో నామమాత్రపు వాటా కూడా తిరిగి చెల్లించలేదు. అయినా వాళ్ల పద్దులు పారుబకాయిలు అని నిర్ధారించే సాహసం ప్రభుత్వ యంత్రాంగానికి లేదు. అందుకే ఈ కుబేరులంతా క్షేమంగానే ఉన్నారు. కొత్త చట్టం ద్వారా విధించబోయే అపరాధ రుసుము వీళ్లకు వర్తించబోదు. షేక్స్‌పియర్, మాథ్యూ ఆర్నాల్డ్ రచనల్లోని పాత్రల్లాగ ఈ కుబేరులంతా క్షేమంగానే ఉంటారు.

ఇదంతా కేవలం సాంకేతికత మాత్రమే. రెప్పపాటు కాలంలో ఈ నిబంధనలు మార్చేయవచ్చు. చెల్లింపులు తప్పనిసరి చేసే క్లాజులు తొలగించవచ్చు. కానీ అది జరగదు. ఎవరైనా జీవితం నుండి పాఠాలు నేర్చుకోవాలి. కుబేరులు, రాజకీయ నాయకులు పరస్పరం మార్గదర్శనం చేసుకుంటున్నారు. ఇటువంటి కుబేరులతో సంప్రదించాకనే ఈ చట్టాలు, నిబంధనలు రూపొందించబడి ఉంటాయి. అందుకే ఎన్ని చట్టాలు వచ్చినా ఈ ఎగవేత గాళ్ల వెంట్రుక కూడా పీకలేకపోతున్నాయి.

ప్రజా ధనాన్ని స్వాహా చేసిన వాళ్లు చట్టం చేతుల్లో నుండి జారిపోతున్నారు. ఈ నూతన చట్టం మరో లక్ష్యాన్ని కూడా ప్రకటిస్తోంది. రుణదాతలు కూడా రుణగ్రహీతలను ఆకర్షించేందుకు పోటీపడటం నేర్చుకునేలా చేయటం ఈ లక్ష్యం. రాజకీయాలు ఆర్థిక రంగాన్ని శాసించినంత కాలం ద్రవ్య వనరులను సమర్థవంతంగా వినియోగించుకోవటం అన్నది నవ్వులాటగానే మారుతుంది. ముప్ఫైయ్యేళ్ల క్రితం బ్యాంకులను జాతీయం చేసినంత మాత్రాన దేశంలో కుబేరులకు వచ్చిన నష్టమేమీ లేదని ఇప్పటికి మనకు అర్థమయ్యే ఉంటుంది. బ్యాంకులను జాతీయం చేయటంలో ఇందిరాగాంధీ ఉద్దేశ్యాలు వేరు. రెండు కారణాలతో ఆమె బ్యాంకులు జాతీయం చేసింది. (అ) బ్యాంకులు జాతీయం చేయటం ద్వారా ఓటర్ల మనోభావాలు కాంగ్రెస్‌కు అనుకూలంగా మార్చుకోవచ్చన్నది ఆమె నిర్దేశించుకున్న మొదటి లక్ష్యం. (ఆ) ఒకసారి బ్యాంకులు జాతీయం చేశాక బడా పెట్టుబడిదారులందరూ తన ఇంటి చుట్టూ ప్రదక్షిణాలు చేయాలన్నది రెండో లక్ష్యం. ఆమెను ప్రసన్నం చేసుకుంటేనే కుబేరులకు బ్యాంకు రుణాలు దక్కుతాయి. దాంతో కుబేరులకు సంబంధించినంత వరకు పరిస్థితుల్లో పెద్దగా వచ్చిన మార్పులేమీ లేవు. ప్రభుత్వ విధానపు దిశ మరింత సంపన్నులైన రుణగ్రహీతల వైపే నడిచింది. రుణ సంస్కృతిలో మాత్రమే ఈ జాతీయాకరణ వల్ల చిన్న చితక మార్పులు వచ్చాయి. అంతకు ముందు బిర్లా బ్యాంకులోకి వచ్చే వేల కోట్ల రూపాయలు జాతీయాకరణ తర్వాత బిర్లా కంపెనీలకు అప్పుగా వెళ్ళాయి. ధాకర్సే బ్యాంకుకు వచ్చిన డిపాజిట్లు ధాకర్సే కంపెనీకి రుణంగా మళ్లించటం జరుగుతూ ఉండేది. అదేవిధంగా జైపురియా బ్యాంకు నుండి

వచ్చే రుణాలన్నింటినీ జైపురియా కంపెనీయే వినియోగించుకునేది. రాజకీయ నాయకులకు నిరంతరం డబ్బు అవసరం ఉంటుంది. తమ స్వంత ఖాతాల్లో కూడా ఎంతో కొంత పోగుపడితే బాగుంటుందని ఆశిస్తారు. జాతీయీకరణకు ముందు ఆయా బ్యాంకుల్లో ఎంతో కొంత మిగులు పోగుపడితే ఆ మిగులు నిధులు ఉపయోగించుకోవటానికి బిర్లాలు, జైపురియాలు, థాపర్‌లతో సన్నిహితంగా మెలగటానికి ప్రయత్నం చేస్తుండేవారు ఈ రాజకీయ నాయకులు. ఈ విధంగా రాజకీయ నాయకులు బ్యాంకర్ల ముందు చేతులు కట్టుకుని నిలబడే పద్ధతికి స్వస్తి చెప్పారు. జాతీయీకరణ తర్వాత మొత్తం బ్యాంకులపై ప్రభుత్వమే అజమాయిషీ చేస్తుంది. దాంతో బిర్లాలు, థాపర్‌లు, జైపురియాలు అందరూ ఇందిరా చుట్టూ చేరటం మొదలైంది. ఈ కొత్త ఆట నియమాలను వాళ్లు త్వరగానే వంట బట్టించుకున్నారు. ఇందిరాగాంధీ రెండు దశాబ్దాల క్రితం తెరమరుగైంది. కానీ ఆమె ప్రారంభించిన పద్ధతులు మాత్రం కొనసాగుతూనే ఉన్నాయి. ఈ కుబేరులు రాజకీయ నాయకులకు చెల్లించే ముడుపులు సుంకాలు చెల్లించి దానికి బదులుగా బ్యాంకు రుణాలు మూటగట్టుకు పోవటం నేర్చుకున్నారు. బకాయిలు ఎగవేస్తున్న పెద్ద మనుషులకు బ్యాంకుల్లో ఉన్నత స్థాయి అధికారులకు మధ్య లోపాయికారీ సంబంధం ఉండాల్సిన అవసరమేమీ లేదు. నిజమే. వారి వాటా వారికి దక్కుతుంది. ఇక్కడ ముఖ్యమైన విషయమేమిటంటే ఈ బ్యాంకు ఉన్నతాధికారులు రాజకీయ నాయకుల ఆదేశాల మేరకు వ్యవహరించటం. కుబేరులు, రాజకీయ నాయకుల మధ్య సత్సంబంధాలు ఉన్నంత కాలం ఈ తనఖా నిబంధనలు వాళ్లకు వర్తించకుండా ఉండేలా చూసుకోవటం పెద్ద కష్టమేమీ కాదు. ఈ కొత్త నిబంధనల ద్వారా బోనులోకి వచ్చిన కొత్త ఎలుక ఏది?

తనఖా మంత్రం జపించినంత మాత్రాన తీసుకున్న అప్పులు జాగ్రత్తగా ఉపయోగిస్తారన్న హామీ ఏమీ లేదు. ప్రైవేటీకరణ కూడా ఈ హామీ ఇవ్వటం లేదు. ఏతావాతా జరిగేది ఒక్కటే. బ్యాంకు నిధులపై పెత్తనం చేతులు మారటమే. ఈ విధానాల వల్ల ఇప్పటి వరకు రాజకీయ నాయకుల చేతుల్లో ఉన్న బ్యాంకింగ్ పగ్గాలు తిరిగి పారిశ్రామికవేత్తలకు చేరతాయి. రానున్న కాలంలో ప్రైవేటు బ్యాంకుల యజమానులు ఈ నిధులను రాజకీయ నాయకులతో కుమ్మక్కై పంచుకుంటారు. ఆశ్రితులు బంధువులకు ఏదో ఒక నెపంతో ఇచ్చిన రుణాలు రద్దు చేయటానికి ప్రభుత్వం ద్వారా ఏదో ఒక మార్గం కనిపెట్టబడుతూ ఉంటుంది. అటువంటి వాళ్లకు ప్రభుత్వమే ఆశ్రయం కల్పిస్తుంది. ప్రభుత్వంతో సత్సంబంధాలు లేని బ్యాంకు యజమానులు మాత్రమే చిన్నా చితకా సమస్యలు ఎదుర్కోవాల్సి వస్తుంది. అటువంటి బ్యాంకులు దివాళా తీసే అవకాశం కూడా ఉంది. అందుకే బ్యాంకు రుణాలు ఎగ్గొట్టిన వాళ్లు సైతం అటువంటి బ్యాంకులు వేలానికి

వస్తున్నప్పుడు ఆ వేలంలో పాల్గొనటానికి అవకాశం ఉంటుందని స్వయంగా ఆర్థిక మంత్రే స్వయంగా పార్లమెంట్‌లో ప్రకటించారు. ఈ విధంగా రాజకీయ నాయకుల బంధువులో ఆశ్రితులో ఇష్టులో భాగస్వాములో కొత్తగా అమ్ముడుపోయిన బ్యాంకులకు యజమానులుగా మారే అవకాశం కూడా ఉంది. స్వేచ్ఛాయుతమైన పోటీ ద్రవ్యరంగంలో మెరుగైన ఫలితాలు సాధిస్తుందన్న సూత్రం బోగస్ సూత్రం. అసమాన అవకాశాలు ఉన్న చోట్ల పోటీ అంటే అనివార్యంగా గుత్తాధిపత్యానికి తెరతీయటమే. ప్రైవేటు గుత్తాధిపత్యానికి రాచబాట వేయటమే.

ఇటువంటి కేటుగాళ్లనందరినీ పక్కకు నెట్టేయవచ్చు. అయితే దానికి గాను చేపట్టాల్సిన చర్యలు ఇవి. ఒకసారి బకాయి పడ్డ వారికెవరికైనా అదే బ్యాంకు నుండి గానీ లేదా రిజర్వుబ్యాంకు పరిధిలో పని చేసే మరో బ్యాంకు నుండి గానీ మరో రుణం మంజూరు కాకూడదు అని ఒక్క చట్టం చేస్తే సరిపోతుంది. మరో ప్రతిపాదన కూడా ఆమోదించవచ్చు. ఎగవేతదారుల బంధువులకు కూడా ఏ బ్యాంకు రుణాలు మంజూరు చేయకూడదన్న షరతు కూడా విధించవచ్చు. అటువంటి ఎగవేతదారులుగానీ, వారి బంధువులు గానీ దేశంలో ఏ బ్యాంకులోనూ డైరెక్టర్లుగా నియమితులు కాకూడదు అన్నది మూడో ముఖ్యమైన షరతుగా ఉండాలి. ఈ నిబంధనలు అమలు చేయటంలో ఎటువంటి మినహాయింపులు ఇవ్వరాదు అన్నది చివరి సూత్రంగా ఉండాలి.

భారతదేశంలో ద్రవ్య రంగాన్ని నియంత్రించటానికి అటువంటి నియమ నిబంధనలు ఉనికిలో వస్తాయి అని ఆశిస్తే మనం వెర్రిబాగులోళ్లమే అవుతాము. ఇటువంటి తనఖా నిబంధనలు అటు రాజకీయ నాయకులు, ఇటు వ్యాపార కుబేరుల వర్గ ప్రయోజనాలకు నష్టం కలిగిస్తాయి. అందువల్ల మాటల గారడీ కొనసాగుతూనే ఉంటుంది. అప్పుడప్పుడూ కొత్త చట్టాలు తెరమీదకు వస్తూనే ఉంటాయి. నిబంధనలు, అనుబంధ నిబంధనలు వెలుగు నీడల ఆటలాడుతూనే ఉంటాయి. ఇటువంటి నిబంధనలన్నీ చరిత్రను మార్చేసే ప్రాధాన్యత కలిగినవిగా మేధో పత్రికల్లోనూ సాధారణ పత్రికల్లోనూ వ్యాఖ్యానాలు అచ్చవుతూనే ఉంటాయి. కొత్త సీసాలో పాత సారా వస్తూనే ఉంటుంది. కాకపోతే పేర్లు మారుతుంటాయి. అంతే...

- 4 జనవరి, 2003

15

మితిమీరిన ఛాందసవాది

కాస్తంత మనసు పెట్టి ఆలోచించండి. తాబేదారులు కూడా బతకాలి కదా. అందుకే వాళ్లు బాస్ కన్నా ఒకడుగు ముందే ఉండాలి. దీనికి సంబంధించి ఆస్ట్రేలియా ప్రభుత్వం ఓ ఆదేశం జారీ చేసింది. దక్షిణార్ధగోళంలో సద్దాం హుస్సేన్ ముఖ కవళికలు ఉన్న వ్యక్తులెవరన్నా కనిపిస్తే ఖైదు చేయాలన్నది సదరు ఆదేశపు సారాంశం. సద్దాం ఓ భూతం. ఆయన్ను పోలి ఉండటం నేరం. ఆశ్రిత పక్షపాతం అటుంచండి. ఆస్ట్రేలియా ప్రభుత్వపు ఈ ప్రకటన చూస్తే మనిషిని పోలిన మనుషులను తయారుచేయటం ప్రపంచ వ్యాప్త ధోరణిగా భావిస్తున్నట్లు కనిపిస్తోంది. ఆలోచనలు, వ్యవహార శైలి, హావభావాలు ఎంతగా మమేకమయ్యాయంటే ఒక సద్దాం హుస్సేన్‌కు మరో సద్దాం హుస్సేన్‌కు మధ్య తేడాయే లేదు. ముఖ కవళికల సంగతి సరేసరి. బహుశా ఏవో కొద్దిపాటి తారతమ్యాలు ఉన్నప్పటికీ, బట్టల సైజు సరిపోతుందా లేదా వంటి తేడాలు పరిశీలించి ఆస్ట్రేలియా ప్రభుత్వం సదరు వ్యక్తి సద్దాం హుస్సేనే అని ధృవీకరించటానికి తయారైంది. ఆషామాషీగా చెప్పటం లేదు. ఏ మాత్రం అవకాశం ఇవ్వదల్చుకోలేదు. ఓ మనిషి ఎదురుగా సద్దాంలా కనిపించినా, వెనకనుండి సద్దాంలా కనిపించినా, పక్క నుండి సద్దాంగా కనిపించినా ఏ మాత్రం ఆలోచించదల్చుకోలేదు. నమ్మకమే అంత గుడ్డిది. నమ్మితే కొండలు కూడా పిండి చేయవచ్చు. ప్రపంచాన్ని సద్దాం భూతం వెంటాడుతుందని నమ్మించవచ్చు.

అగ్రరాజ్యం మరో నమ్మకాన్ని ప్రపంచం మీదకు వదులుతోంది. ఇరాక్ ప్రభుత్వం సామూహిక మారణాయుధాలను కుప్పలు తెప్పలుగా దాచిందని అమెరికా

అధ్యక్షుడు జార్జి డబ్ల్యు బుష్ బలంగా నమ్ముతున్నారు. ఐక్యరాజ్యసమితిలో అమెరికా ప్రతినిధి హాన్స్ బ్లిక్స్ మాటల్లో అటువంటి ఆయుధ ఖజానాలకు ఆధారాలు దొరకలేదని చెప్తున్నా బుష్ మాత్రం తన నమ్మకాన్ని వదులుకోవటం లేదు. నమ్మకానికి, వాస్తవానికి మధ్య పొంతనే లేదు. సద్దాం హుస్సేన్ ఇరాక్‌లోని మారణాయుధాలను యూఫ్రటిస్, టైగ్రిస్ నదీ ప్రవాహం కిందనో, సెలూన్లలోనో, కొత్తకొత్త దాపుల్లోనో దాచిపెట్టాడని అమెరికా నమ్ముతోంది. కాబట్టి ప్రపంచాన్ని నమ్మమంటోంది. అమెరికా ప్రభుత్వం ఇరాక్ ప్రభుత్వానికి అనేక హెచ్చరికలు చేసిందన్న విషయం అందరికీ తెలిసిందే. అయితే దాని ప్రభావం ఏమీ ఆచరణలో కనపడలేదు. భయంకరమైన నేరాలు ఏమీ కనిపించటం లేదు. వెలుగులోకి రావటం లేదు. ఇక ఈ నేరస్తులను పట్టుకోవటానికి మిగిలిన మార్గం ఇరాక్‌పై యుద్ధం ప్రకటించటమే. అమెరికాలో ప్రతి విమానాశ్రయంలోనూ సైనికులు భార్యలకు, పిల్లలకు వీడ్కోలు చెప్తున్న సైనికులు కనిపిస్తున్నారు. పశ్చిమాసియాలో మొహరించటానికి ప్రయాణమవుతున్నారు.

ఎక్కడో ఏ మూలో ఏ కలుగులోనో నిజం దాగి ఉంది, దాన్ని బయటికి తీసుకు రావాలన్న అమెరికా నమ్మకాన్ని నిరూపించాలంటే మరో మార్గం లేదు. సద్దాం హుస్సేన్ ఆయుధాలు దాచిపెట్టాడన్నది అమెరికా అధ్యక్షుడు బుష్ గుడ్డి నమ్మకం. ఈ నమ్మకంలో కూడా మోతాదులు తేడా ఉంటాయి. నమ్మకంలో అంధత్వం పెరిగే కొద్దీ బుష్ యుద్ధానికి సిద్ధమయ్యేందుకు జోరందుకుంటున్నారు. ఇరాక్‌పై విముక్తి యుద్ధం ప్రకటించబోతున్నారు. ఇరాక్ ప్రజలను దాసులను చేసుకోవటానికే యుద్ధానికి కాలు దువ్వుతున్నాడని మనం భావిస్తే మనది మూర్ఖత్వం అవుతుంది. సద్దాం హుస్సేన్ కబంధ హస్తాల నుండి ఇరాక్ ప్రజలను విముక్తి చేయటానికి పశ్చిమాన ఉన్న ప్రజాస్వామిక దేశాలు పాటు పడుతున్నాయంటున్నారు. దీనికిగాను అమెరికాను అభినందించాలంటే అభినందిద్దాం. కమ్యూనిస్టుల నుండి వారు పాఠాలు నేర్చుకున్నట్లు కనిపిస్తోంది. కమ్యూనిస్టులు కూడా వలసపాలనలో ఉన్న దేశాలను విముక్తి చేయటానికి ఒకరిపై ఒకరు యుద్ధాలు చేసుకున్నారు. ఈ విద్యలో అమెరికా కమ్యూనిస్టు దేశాలకే పాఠాలు నేర్పబూనుకొందేమో. బహుశా సద్దాం హుస్సేన్ కూడా ఓ మోస్తరు కమ్యూనిస్టే. అమెరికాను వ్యతిరేకించే వారంతా కమ్యూనిస్టులే. జాతీయ విముక్తి పోరాటం ఇరాకీ ప్రజలను సద్దాం కబంధ హస్తాల నుండి విముక్తి చేయటానికే. అయితే అమెరికా ఆశ జూపుతున్న ప్రజాస్వామ్యాన్ని ఇరాకీ ప్రజలు అంగీకరిస్తున్నారా లేదా అన్నది వేరే విషయం. ఇక్కడ కూడా ప్రశ్నలన్నింటినీ నమ్మకం పక్కకు నెడుతోంది. సద్దాం పాలన నుండి విముక్తి పొందాలని ప్రతి ఒక్క

ఇరాకీ పౌరుడు తపన పడుతున్నాడన్నది అమెరికా అధ్యక్షుని నమ్మకం. అమెరికా అధ్యక్షుడు నమ్ముతున్నాడు కాబట్టి అంతే. మరో విషయాన్ని కూడా బుష్ అంతే బలంగా నమ్ముతున్నాడు. అణ్వాయుధాలు తయారు చేయటంలో ఇరాక్ అధ్యక్షుడు సద్దాం హుస్సేన్‌కు సహకరిస్తున్న శాస్త్రవేత్తలకు తగిన విధంగా లంచం ఆశ చూపితే వాళ్లు సద్దాంను మోసగించి అమెరికా పక్షాన నిలుస్తారన్నది ఆ నమ్మకం. ఇప్పటి వరకు ఒక్క శాస్త్రవేత్త కూడా మాతృభూమికి ద్రోహం చేయటానికి సిద్ధపడలేదు. అయినా నమ్మకాలు విశ్వాసాలతో గొడవ పడే ఓపిక ఎవరికీ లేదు.

పశ్చిమ దేశాల సంస్కృతి, మనం అలా పిలవాలి అనుకుంటే, ఆసక్తికరమైన దశకు చేరుకుంది. హేతువాదం పాశ్చాత్య శాస్త్రవిజ్ఞానానికి మాతృక. ఆ శాస్త్రవిజ్ఞానమే సాంకేతిక పరిజ్ఞానానికి దారులు వేసింది. ఆరోజుల్లో శాస్త్రవిజ్ఞానం, హేతువాద దృక్పథం బాగా ఆదరణ పొందాయి. ఆ శాస్త్ర విజ్ఞానం పతాక స్థాయికి చేరిన దేశాలే ఇప్పుడు నమ్మకానికి పెద్ద పీట వేస్తున్నాయి. వాస్తవాలను పట్టించుకోవటానికి సిద్ధంగా లేవు. హేతువు ద్వారానే వాస్తవాలు వెలుగు చూస్తాయి. ఇక్కడ హేతువుకు ప్రాధాన్యత ఇవ్వటానికి బదులు నమ్మకానికి పెద్ద పీట వేశాయి. నమ్మకాన్ని ఆషామాషీగా తీసుకోలేము. నమ్మకం, విశ్వాసం వాటంతట అవే బ్రహ్మ సత్యాలు. ఆధారాల కోసం ఆగవు. తిరుగులేని వాస్తవాలుగా భావించి ముందుకెళ్లాలి. నమ్మకాలు, విశ్వాసాలకు కూడా ఆధారాలు అడిగే వాళ్లను పిచ్చాసుపత్రికి పంపాలి.

ఇటువంటి అంధ విశ్వాసాలపై ఆధారపడటం ఛాందసత్వానికి పెద్ద ఉదాహరణ. ఒసామా బిన్ లాడెన్ ఓ ఛాందసవాది. జార్జి డబ్ల్యు బుష్ లాడెన్ కన్నా తక్కువ ఛాందసవాది ఏమీ కాదు. ఉగ్రవాదం మీద యుద్ధమే ఇద్దరు ఛాందసవాదులు ఒకరి గొంతు మరొకరు కోసుకోవటానికి సాగిస్తున్న యుద్ధం. ఈ పరిస్థితుల్లో పాశ్చాత్య దేశాలు బిన్ లాడెన్ కన్నా తమ విలువలు గొప్పవని చెప్పుకోనే అవకాశమేమీ లేదు. కరుడుకట్టిన ఛాందసవాదం కారణంగా ప్రపంచం బిన్ లాడెన్‌ను ఖండిస్తే బుష్, అతని అనుంగు మిత్రుడు టోనీబ్లెయిర్ విషయంలో కూడా ప్రపంచం అదే విధంగా వ్యవహరించాలి. ఒసామా బిన్ లాడెన్ గురించి ఏ రకమైన ఆరోపణల పత్రం తయారు అయ్యిందో బుష్, బ్లెయిర్‌ల గురించి కూడా అదేరకమైన ఆరోపణ పత్రాలు తయారు కావాలి. ఇక్కడ చోటుచేసుకోబోతున్న యుద్ధం ఏదో మానవాళిని విముక్తి చేయటానికి కాదు. రెండు అనాగరిక ధోరణుల మధ్య జరుగుతున్న యుద్ధమే. ఈ యుద్ధాన్ని దగ్గరగా చూస్తున్న వారు సద్దాం లాంటి వారికి జేజేలు పలికితే పలకొచ్చు.

కానీ ఈ ప్రచార ప్రభావాన్ని ఎన్నడూ తక్కువ చేసి చూడరాదు. కంటికి కనిపించేదే వాస్తవం కాదు. ఇప్పటి వరకు నిషేధిత ఆయుధాలేవీ ఇరాక్‌లో దొరకలేదు. మరోవైపు ఉత్తర కొరియా తన ఉద్దేశ్యాలను బాహాటంగానే ప్రకటిస్తోంది. అణ్వస్త్ర వ్యాప్తి నిరోధక ఒప్పందం నుండి వైదొలగింది. అణ్వాయుధాలు తయారు చేయటానికి కావల్సిన ప్రయోగాలు కొనసాగిస్తామని బహిరంగంగానే చెప్పింది కొరియా ప్రభుత్వం. కానీ కొరియా ప్రభుత్వం ప్రకటన పట్ల స్పందించటంలో అమెరికా అత్యంత పక్షపాత ధోరణి ప్రదర్శిస్తోంది. ఉత్తర కొరియా ప్రజలను విముక్తి చేయటానికి బుష్ ఎటువంటి యుద్ధాన్నీ ప్రకటించటం లేదు. లేదా మెకార్థర్ లాంటి వారి కోసం వెతకటం లేదు. అణ్వస్త్ర వ్యాప్తి నిరోధక ఒప్పందం నుండి ఉత్తర కొరియా వైదొగలగటం పట్ల అమెరికా ప్రతినిధి కేవలం విచారం మాత్రమే వ్యక్తం చేశారు. అంతకు మించి పల్లెత్తు మాట అనలేదు.

అమెరికా దృష్టిలో ఉత్తర కొరియా, ఇరాక్‌లు రెండూ విద్రోహ దేశాలే. మరి ఒక దేశాన్ని చూసీ చూడనట్లు వదిలేసి మరో దేశంపైకి యుద్ధం ప్రకటించటం ఏమిటి? ఉత్తర కొరియా పక్కనే విశాలమైన సోషలిస్టు దేశం చైనా ఉన్నందునే ఉత్తర కొరియా చర్యల పట్ల అమెరికా శీతకన్ను వేస్తోందా? అలా అనుకుంటే ఇరాక్‌కు చైనాకు కూడా పెద్ద దూరమేమీ లేదు. ఇరాక్ విషయంలో చైనాకు కోపం తెప్పించటానికి సిద్ధమైనా అమెరికా అధ్యక్షుడు బుష్ ఉత్తర కొరియా విషయంలో మాత్రం ఆ సాహసం ఎందుకు చేయలేకపోతున్నారు? ఇది పరిష్కరించవలసిన పెద్ద ప్రశ్నే. అయితే వాస్తవిక పరిస్థితుల ఆధారంగా పరిశీలించటానికి సిద్ధమైతే దీనికి సమాధానాలు తెలుసుకోవటం పెద్ద కష్టమేమీ కాదు. ఇక్కడ అమెరికా వెతుకుతోంది సామూహిక విధ్వంసాన్ని సృష్టించే మారణాయుధాలు కాదు. చమురు నిల్వలు. ఇరాక్ భూభాగంలో అతి పెద్ద చమురు నిల్వలున్నాయి. చమురు ఎగుమతుల్లో వెనిజులాలాగే ఇరాక్ వాటా ముఖ్యమైనది. అమెరికా పరిస్థితి ఆందోళనకరంగానే ఉంది. ఏకకాలంలో ఇరాక్, వెనిజులా అమెరికా ఆధిపత్యం నుండి జారిపోయే పరిస్థితులు తలెత్తాయి. వెనిజులాలో పరిస్థితులు కూడా అమెరికాకు ఏమంత క్షేమంగా అనిపించటం లేదు. హ్యూగో ఛావేజ్‌ను అంకెకు తేవటం అంత తేలిక కాదని రాను రాను రుజువవుతోంది. వెనిజులా రాజధాని కారకాస్ పరిసర ప్రాంతాల్లో సెంట్రల్ ఇంటెలిజెన్స్ ఏజెన్సీ పర్యవేక్షణలో ఛావేజ్ ప్రభుత్వానికి వ్యతిరేకంగా తిరుగుబాటు కోసం నాలుగు సార్లు ప్రయత్నాలు జరిగాయి. అన్ని ప్రయత్నాలు విఫలమయ్యాయి. అమెరికా నుండి కోట్ల డాలర్లు కుమ్మరించి నిర్వహించిన సాధారణ సమ్మె కూడా పెద్దగా ఫలితాన్నివ్వలేకపోయింది. ఇరాక్ తరహాలో ఛావెజ్ నుండి వెనిజులాను విముక్తి చేయటానికి

ప్రయత్నం చేయటం సమయోచితం కానే కాదు. లాటిన్ అమెరికా ఇప్పటికే రగులుతోంది. పక్కనే ఉన్న కాస్ట్రో రెక్కలు కట్టుకుని సిద్ధంగా ఉన్నాడు. బ్రెజిల్‌లో వామపక్ష భావజాలం ఉన్న అధ్యక్షుడు ఎన్నికయ్యారు. ఈక్వెడార్‌లో సైతం త్వరలో అదే మార్పు జరగబోతోంది. అర్జెంటీనా, పెరు దేశాలు గతంలో ఎన్నడూ లేనంతగా ఉద్యమాలను చవి చూస్తున్నాయి. ఛావేజ్‌ను గద్దె దించటానికి చేసే ఏ సాయుధ ప్రయత్నమైనా తీవ్ర పరిణామాలకు దారితీసే ప్రమాదం ఉంది. ఇరాక్ వీటన్నింటికీ భిన్నమైనది. ఇరుగు పొరుగున ఉన్న అరబ్బు దేశాల్లో సైనిక నియంతలు అధికారంలో ఉన్నారు. అవినీతిపరులైన షేక్‌లు ప్రభుత్వాలు నడుపుతున్నారు. వీరంతా అమ్ముడుపోయే సాంప్రదాయాన్ని అమలు చేస్తున్న వారే.

ఛాందస తీవ్రవాదం విషయంలో కాస్తంత వాస్తవిక దృష్టి అవసరం. ఛాందసం ఉంటే ఉండొచ్చు కానీ కాస్తంత ఆలోచించి ముందడుగు వేయటం 21వ శతాబ్దం మొదటి దశాబ్దంలో అమెరికా విదేశాంగ విధానాన్ని నడిపే సూత్రంగా కనిపిస్తోంది. ఛావేజ్, సద్దాం ఇద్దరినీ గద్దె దించలేకపోతే ఎవరో ఒకరిని లక్ష్యంగా ఎంచుకుని పని చేయాలి. అందుకే సద్దాం లక్ష్యంగా మారాడు. అమెరికా సద్దాం ను వెంటాడుతుంటే జోక్యం చేసుకోవటానికి పుతిన్ సిద్ధంగా లేడు. మహా అయితే సద్దాం పారిపోయి తలదాచుకోవటానికి ఓ మార్గం చూపించొచ్చు. చైనా నాయకులు దేశీయ వ్యవహారాల్లో పూర్తిగా తలమునకలై ఉన్నారు. ఛాందసవాదిగా ఉన్నా వ్యూహాత్మకంగా ఉండాలి. అప్పుడే మూర్ఖత్వం కూడా దార్శనికతగా గుర్తింపు పొందుతుంది.

ఇక్కడో చిన్న ఓ చిన్న విషయం ఉంది. అదేమంటే వ్యక్తులనే కాదు. ఏకంగా దేశానికి దేశాన్నే మలచవచ్చని చెప్పటం ఆశ్చర్యం. ఇదే జరిగితే రానున్న కాలంలో తీవ్రమైన సమస్యలకు దారితీయనుంది. అమెరికా దళాలు ఓ ఇరాక్‌ను విముక్తి చేస్తే ఐదు ఖండాల్లో అంతకన్నా దారుణమైన ఉగ్రవాద కార్యకలాపాలకు పాల్పడగలిగేలా మారే ప్రమాదం ఉంది. అంటే అమెరికా శాశ్వతంగా అటువంటి దేశాలను విముక్తి చేసేందుకు యుద్ధం చేస్తూనే ఉండాలి. అదే జరిగితే దానికయ్యే ఖర్చు ఆకాశాన్నంటుతుంది. అమెరికా పార్లమెంట్ ముందు ఈ పరిణామం అనేక ప్రశ్నలు లేవనెత్తుతుంది. ఈ పరిస్థితి వచ్చినప్పుడు అమెరికా అధ్యక్షుడు బుష్ సమాధానాలు వెతుక్కుంటాడేమో.

- 1 ఫిబ్రవరి, 2003

16

సరిహద్దు వివాదాలు

ప్రాచీన కాలం నుండి చైనా సిల్కు ఉత్పత్తులు మధ్యధరాసముద్రం తీర దేశాలకు చేరవేసేందుకు ఉపయోగించిన 4000 మైళ్ల పొడవున్న సిల్కు రోడ్డు గురించి చెప్పుకోదగిన సంఖ్యలో చరిత్ర రచనలు వెలువడ్డాయి. ఈ మార్గంలోనే ఖనిజవనరులు, ఉన్ని తిరిగి చైనాకు చేరాయని అనేక పరిశోధనలు ప్రస్తావిస్తున్నాయి. మధ్యయుగాంతంలో మార్కోపోలో ఈ మార్గాన్ని తిరిగి కనుగొనటంతో ప్రాచుర్యంలోకి వచ్చింది. ప్రస్తుతం ఈ మార్గం వాడకంలో లేకపోయినా దీని చారిత్రక ప్రాధాన్యతను మాత్రం ఎవ్వరూ తుడిచి వేయలేరు.

సిల్క్ రోడ్ అంత గొప్పది కాకపోయినా వాణిజ్య ప్రయాణాలతో కిక్కిరిసి పోయి 2000 కిలోమీటర్ల నిడివి కలిగిన మరో రహదారి ఉంది. దక్షిణాసియా తీరం వెంబడే ఈ రోడ్డు విస్తరించి ఉంది. ఇది పశువుల రహదారి. బలూచిస్తాన్‌లో మొదలై సింధ్, పంజాబ్, రాజపుటానా, విదర్భ, అవధ్, వారణాసి, సాసారాం మీదుగా బీహార్‌లో ప్రవేశించి బీహార్ నుండి బెంగాల్‌లో గంగానది ఒడ్డున ముగుస్తుంది ఈ రహదారి. దాదాపు మూడువేల ఏళ్ల పాటు ఈ మార్గంలో బలుచిస్తాన్ నుండి బెంగాల్ వరకు పశువుల వ్యాపారం ముమ్మరంగా సాగింది. క్వెట్టాలో కొనుగోలు చేసిన పశువులను నేటి సింధ్ రాష్ట్రంలోని హైదరాబాద్‌కు సమీపంలో ఉన్న బలుచి ప్రాంతంలో అమ్మేసి అక్కడ స్థానికంగా సమీకరించిన పశువులను తిరిగి ఉత్తరాన ఉన్న పంజాబ్‌కు తీస్కెళ్లేవారు. అక్కడ అమ్మగా మిగిలిన పశువులు ఈ రహదారి గుండా భారతదేశానికి ప్రయాణించేవి. జైపూర్ – మేవార్ – ఉదయపూర్ మీదుగా పశువులను నడిపించుకుంటూ వచ్చే వాళ్లు. దారిలో తటస్థించే ప్రతి అంగడిలోనూ ఆరోగ్యకరమైన పశువులను అమ్మేస్తూ

అంతగా నాణ్యం లేని పశువులను కొంటూ సాగేది ఈ ప్రయాణం. క్వెట్టాలో కొనుగోలు చేసిన పశువులను హైదరాబాద్‌లో అమ్మేసి, సింధ్ రాష్ట్రంలో కొన్న పశువులను ముల్తాన్‌లో అమ్మేయటం; ముల్తాన్‌లో కొన్న పశువులను చిత్తోర్‌గఢ్‌లో అమ్మటం; చిత్తోర్‌గఢ్‌లో కొన్న పశువులను ఇండోర్ లేక గ్వాలియర్‌లో అమ్మటం; గ్వాలియర్‌లో కొన్న పశువులను ఆగ్రాలో అమ్మటం; ఆగ్రాలో కొన్న పశువులను, గోరఖ్‌పూర్‌లో కొన్న పశువులను పాట్నాలోనూ; చివరిగా పాట్నాలో కొన్న వస్తువులను బెంగాల్ పరిసర ప్రాంతాల్లో అమ్మటం... ఇదీ ఈ రహదారిలో జరిగే వ్యాపారం.

ఈ క్రమంలో పశువులతో పాటు ఇతర వస్తువులు సరుకుల్లో కూడా అమ్మకాలు కొనుగోళ్లు జరిగేవి. మొత్తం ప్రయాణం రెండు వేల మైళ్ల నిడివిలో జరుగుతున్నా ఒక పశువుల మంద కొన్ని వందల మైళ్లు దాటి ప్రయాణం చేయాల్సిన అవసరం ఉండదు. మధ్యలోనే ఇన్ని మజిలీలు, సంతలు ఉన్నాయి. మజిలీకి మజిలీకి మధ్య పశువులే కాదు మనుషులు కూడా మారిపోతారు. ఏకబిగిన క్వెట్టాలో ప్రయాణం మొదలు పెట్టిన గుంపు బెంగాల్ దాకా చేరదు. ఒక్కో మజిలీ నుండి ఒక్కో కొత్త బృందం ప్రయాణం మొదలు పెడుతుంది. పశ్చిమ ప్రాంతం నుండి తూర్పు ప్రాంతానికి ప్రయాణం సాగే కొద్దీ పశువుల నాణ్యత – వ్యవసాయానికి ఉపయోగపడే సామర్థ్యం, మాంసం, పాలు దిగుబడి విషయాల్లో – తగ్గిపోతూ వస్తుంది. ధనాంశంతో పాటే సంతల్లో ధరలు కూడా. ఇది ఎటువంటి అసమానతలకు దారితీయలేదు. బెంగాల్‌లో రైతాంగం పట్టణ ప్రాంతాల్లో ప్రజలు దారిద్ర్యంలో ఉండేవారు. తక్కువ పాలు ఇచ్చే పశువులు, నాణ్యతలేని మాంసం ఇచ్చే పశువులను మాత్రమే తక్కువ ధరకు కొనుగోలు చేయగలిగేవాళ్లు. పశువులు బెంగాల్ చేరే సరికి వ్యవసాయపు పనిముట్టు కూడా లాగలేనంత నీరసంగా ఉండేవి.

తిరుగు ప్రయాణంలో తోడయ్యే సరుకులు పెద్దగా పశ్చిమ ప్రాంతంలో గిరాకీ ఉన్న వస్తువులు కాకపోవటం విశేషం. తూర్పు తీర ప్రాంతం ప్రకృతి వడిలో పచ్చగా ఉంటే పశ్చిమ ప్రాంతాలు ప్రకృతి కరుణకు నోచుకోనివిగా ఉండేవి. తూర్పు తీరం నుండి పశ్చిమానికి తిరిగి ఈ వ్యాపారులు వెళ్లే కొద్దీ ఈ ప్రాంతంలో సేకరించిన వ్యవసాయపు పనిముట్లు, గృహోపకరణాలు, ఆహార ధాన్యాలు, పత్తి, బట్టలు మారకం వేసుకుంటూ వెళ్లే వాళ్లు. ఈ సరుకుల విషయంలో కూడా కొనుగోళ్లు అమ్మకాలు మహా అయితే 200 మైళ్ల పరిధి దాటి ఏకబిగిన ముందుకెళ్లేవి కావు. క్వెట్టా నుండి వచ్చిన వ్యాపారుల బృందం సింధ్‌లోనే వెనుదిరిగేది. సింధ్ నుండి వచ్చిన బృందం ముల్తాన్ వరకు వచ్చి అక్కడ సంతలో అమ్మకాలు కొనుగోళ్లు పూర్తయ్యాక వెనుదిరిగేది. ఆయా

సంతల్లో పశువులు ఇతర సరుకులు మారకం జరిగేది. ఒక్కో ప్రాంతంలో ఒక్కో సరుకుతో మారకం జరిగేది.

రాజకీయ రంగంలో ఎన్ని మార్పులు వచ్చినా ఈ పశువుల రహదారి మాత్రం కొనసాగుతూనే వచ్చింది. సామ్రాజ్యాలు వెలిశాయి. అంతరించాయి. రాజ్యాలు పుట్టి పతనం అయ్యాయి. అక్కడక్కడా గిరిజన తెగల నాయకులు తమ అధికారాన్ని సుస్థిరం చేసుకున్నారు. ఈ ప్రాంతం అడపా దడపా యుద్ధాలకు నిలయంగా మారింది. కానీ ఈ రెండు వేల మైళ్ల పొడవునా పశువుల సంతలు మాత్రం యధా ప్రకారం కొనసాగుతూ వచ్చాయి. స్వేచ్ఛా విపణిలాగా.

19వ శతాబ్దం వరకు ఈ మార్గంలో జరిగే సరుకుల లావాదేవీలన్నీ ప్రధానంగా వస్తుమారకం పద్ధతిలో సాగేవి. ఒకసారి ఈ దారి పొడవునా ఈస్టిండియా కంపెనీ తన ఆధిపత్యాన్ని సుస్థిరం చేసుకున్న తర్వాత రూపాయి, ఇతర నాణేలు ఉమ్మడి డబ్బుగా చలామణి అయ్యాయి.

20వ శతాబ్దం మధ్య వరకు ఈ ఏర్పాట్లు సజావుగానే నడిచాయి. దేశ విభజన, దానికంటే మించి పంజాబ్ – ఢిల్లీ – గర్ముక్తశ్వర్‌లలో జరిగిన నరమేధం ఈ రహదారిని శాశ్వతంగా కాలగర్భంలోకి నెట్టేసింది. బలూచిస్తాన్, సింధ్, ముల్తాన్‌లలో లభ్యమయ్యే పశువులు భారతదేశం వరకు ప్రయాణించటం లేదు. సీమాంతర వ్యాపారానికి అవకాశమే లేకుండా పోయింది. అమృత్‌సర్–వాఘా సరిహద్దులు దాటి భారతీయ ఉత్పత్తులైన బట్టలు, ఆహారధాన్యాలు సరిహద్దు అవతలికి ప్రయాణం చేయటం లేదు. ఈ ఉపఖండం భారత్ పాకిస్తాన్‌గా నిలువునా చీలిపోయింది. ఈ రెండు దేశాల మధ్య చీలిపోయిన కవలలు ఎన్నటికీ కలవరు.

పశువుల రహదారికి తూర్పు అంచున ఉన్న బీహార్ బెంగాల్‌లలో పరిస్థితి మరో వింతైనది. గంగానది ఒడ్డు సరిహద్దుగా మారింది. రాడ్‌క్లిఫ్ కమీషన్ రెండు దేశాల మధ్య సరిహద్దును నిర్ధారించటానికి గంగానది ప్రవాహాన్ని గుర్తుగా మార్చింది. గంగానది, దాని ఉపనదుల్లో రెండు దేశాల మధ్య దేశవాళీ పడవలు కూడా ప్రయాణించవు. ఉత్తరాన మట్టి రోడ్లే ఇటు బీహార్‌ను, అటు బెంగాల్‌ను నాటి తూర్పు పాకిస్తాన్‌తో నేటి బంగ్లాదేశ్‌తో కలిపే ఏకైక రహదార్లు. ఈ ప్రాంతంలో రెండు దేశాల మధ్య సరిహద్దు ప్రాంతాలు చిక్కుముడిని తలపిస్తుంటాయి. రాడ్‌క్లిఫ్ కమిషన్ పుణ్యమా అంటూ బెంగాల్‌లో ఒకే ఇంట్లో సగం భూభాగం భారత్‌గానూ, మిగిలిన సగం తూర్పు పాకిస్తాన్ గానూ

చీల్చివేయబడింది. వాకిలి భారతదేశంలో కలిసిపోతే వంట గది పాకిస్తాన్‌గా మారిపోయింది. మరికొన్ని చోట్ల ఇల్లు భారతదేశంలో ఉంటే ఆ ఇంటి యజమాని సాగు చేసే పొలం పాకిస్తాన్‌కు బదిలీ అయ్యింది. భారతదేశం తూర్పు పాకిస్తాన్‌ల మధ్య ప్రయాణాలను నియంత్రించేందుకు పాస్‌పోర్టుల వ్యవస్థను అమలు చేయటానికి కూడా చాలా ఏళ్లు సమయం పట్టింది.

పశువుల రహదారి ముద్రలు సుదీర్ఘకాలం కనిపిస్తూనే ఉన్నాయి. బీహార్‌లో స్థిరపడిన రాజస్థానీ వ్యాపారస్తుడు అటు భారతీయ జనతా పార్టీకి ఇటు విశ్వ హిందు పరిషత్‌కు నమ్మకమైన కార్యకర్తే అయినప్పటికీ బెంగాల్ సరిహద్దుల నుండి కటిక పశు వులను బంగ్లాదేశ్‌లోని పేదల ఆహారం కోసం అక్రమంగా తరలించి సొమ్ము చేసుకోవటానికి ఏ మాత్రం వెనకాడడు. దీనికి బదులుగా బంగ్లాదేశ్ నుండి ధాన్యం, కూరగాయలు ఇతర నిషేధిత వస్తువులు భారత్ భూబాగానికి అదే విధంగా అక్రమంగా చేరవేసి లాభం గడిస్తుంటాడు. ఇక్కడ పశువులు, సరుకులే కాదు. దినసరి కార్మికులు కూడా. భవన నిర్మాణ కార్మికులు, నేతపని వారు బంగ్లాదేశ్ నుండి బెంగాల్‌లోని మాల్డ, నదియా, ముర్షిదాబాద్ జిల్లాలకు కూలీ పనులకు ప్రయాణం కట్టేవారు. వ్యవసాయ కూలీలు, రైతులు కూడా. చిన్న చితకా కార్ఖానాల్లో పనితనం సంపాదించిన వాళ్లు చెప్పుకోదగ్గ సంఖ్యలో బెంగాల్ నుండి బంగ్లాదేశ్‌కు వెళ్లి పని చేస్తూ ఉండేవారు. దీర్ఘకాలం మత్స్యకారులు, పాములు పట్టేవాళ్లు, పశువుల కాపరులు, మత గురువులతో పాటు దొంగలు, చిన్న చితకా దోపిడీలు చేసుకుని బతికేవాళ్లు కూడా రెండు దేశాల మధ్య రాకపోకలు సాగిస్తూ ఉండేవారు. అయితే స్థూలంగా వీళ్లంతా సమాజంలో అత్యంత అప్రాధాన్యత కలిగిన వర్గాలకు, తరగతులకు చెందిన పురుషులు, మహిళలు.

ఇక్కడ పని చేసే సూత్రం ఒక్కటే. బతుకు. బతకనివ్వు. సమాజంలో అట్టడుగు శ్రేణికి చెందిన వారే భారత్ బంగ్లాదేశ్‌ల మధ్య రాకపోకలు, లావాదేవీలు సాగిస్తూ ఉండేవారు. వీళ్లకు పాస్‌పోర్టులు, నియమ నిబంధనలతో పని లేదు. అదే సమయంలో ఇటువంటి వాళ్ల వల్ల రెండు దేశాల్లోనూ ఎటువంటి రాజకీయ లాభనష్టాలను కూడా పెద్దగా ప్రభావితం చేసేవాళ్లు కాదు. చేయలేదు. పాలకులు కూడా పట్టీ పట్టనట్టు ఉండేవారు. పరిస్థితులు ప్రశాంతంగా ఉండేవి. ఢిల్లీలో భారతీయ జనతా పార్టీ అధికారానికి వచ్చాక ఈ ప్రశాంతత కరువైంది. కొంతమందైతే మరో అడుగు ముందుకేసి అటువంటి అనధికార సరిహద్దులు ఉన్నాయి కాబట్టే 1971లో జరిగిన యుద్ధంలో భారతదేశం విజయం సాధించగలిగిందన్న అభిప్రాయాన్ని కూడా వ్యక్తం చేసేవారు.

బంగ్లాదేశ్ నుండి బెంగాల్‌లోకి అక్రమంగా వలస వచ్చిన వాళ్లు వాళ్ల తాత ముత్తాల్లాగే జీవనోపాధి వెతుక్కుంటూ క్రమంగా కలకత్తాకు, అటు నుండి ఢిల్లీ ముంబైలకు చేరుకున్నారు. మహా అయితే ఇలా వచ్చిన వాళ్లు కొన్ని వేలల్లో ఉండేవారు. సరిహద్దులనేవి రాజకీయ నిర్ణయాలే. మానవ సమాజాలకు మధ్య సామాజిక సంబంధాలే పునాది. ఈ సామాజిక సంబంధాలే అటువంటి కృత్రిమ విభజనలను అధిగమించి ముందుకు సాగుతాయి. ఇదే గొప్ప చారిత్రక సత్యం.

ఈ చారిత్రక సత్యాన్ని ధ్వంసం చేయటానికి ఢిల్లీలోని బిజెపి ప్రభుత్వం కృతనిశ్చయంతో ఉన్నట్లు కనిపిస్తోంది. ఇటువంటి ధోరణికి మూలం ఆదిమ సమాజం నాటి జంతు స్వభావమే. ఈ ధోరణి ఒక్క పాకిస్తాన్‌ని మాత్రమే శత్రువుగా గుర్తించటంతో సరిపెట్టుకోదు. బంగ్లాదేశ్‌ను కూడా అదే కోవలో జమకడుతుంది. పాకిస్తాన్, బంగ్లాదేశ్ ప్రభుత్వాల మధ్య ఉన్న వ్యత్యాసాన్ని గమనించటానికి బిజెపి ప్రభుత్వం సిద్ధం కావటం లేదు. బిజెపి నేతల దృష్టిలో ముస్లిం దేశమంటే ముస్లిం దేశమే. భాషా భేదాలు, జాతిపరమైన ప్రత్యేకతల గురించి పట్టించుకోవాల్సిన అవసరం ఏమిటి? పాకిస్తానీయులైనా బంగ్లాదేశ్ వాసులైనా వారి ముఖానికి ఒకే మరక పూసేస్తాము. పాకిస్తాన్‌కు చెందిన ఇంటర్ సర్వీసెస్ ఇంటెలిజెన్స్ మరియు బంగ్లాదేశ్‌కు సంబంధించిన నిఘా విభాగాలను ఒకే గాటన కట్టేస్తాము. ఇక్కడ బిజెపి ప్రభుత్వం లక్ష్యం ఒక్కటే. సామదాన భేద దండోపాయాల్లో ఏదో ఒకదానిని ప్రయోగించి బంగ్లాదేశ్‌ను పాకిస్తాన్ చంకలోకి నెట్టేయాలి. అప్పుడే ఇస్లామిక్ ఉగ్రవాదం పేరుతో దేశంలో భావోద్వేగాలు రెచ్చగొట్టి జంతు ప్రవర్తనకు పెద్ద పీట వేయటానికి అవకాశం దొరుకుతుంది. అటువంటి ఉగ్రవాదానికి అటు అమెరికా, ఇటు భారత్‌లు బలవుతున్నాయని ప్రచారం చేయటం ద్వారా భారతదేశాన్ని అమెరికా పంచకు చేర్చటం మరింత సాధ్యమవుతుంది.

ఈ సిద్ధాంతానికి గత కొద్ది నెలలుగా ప్రభుత్వం జవసత్వాలు చేకూరుస్తూ ఉంది. ఐఎస్ఐతో చేతులు కలిపి బంగ్లాదేశ్ సైన్యం, పోలీసులు బంగ్లా భూభాగంలో పెద్దఎత్తున శిబిరాలు ఏర్పాటు చేసి నిఘావర్గాలకు శిక్షణ ఇచ్చి త్రిపుర, మేఘాలయ, అస్సాం, పశ్చిమబెంగాల్‌లలోకి చొరబాటును ప్రోత్సహిస్తుందని తద్వారా భారతదేశాన్ని అస్థిరపర్చేందుకు కుట్ర పన్నుతోందన్నది ఈ సిద్ధాంతం. ఈ వాదనల్లో అత్యధికం చెవులు కొరుక్కోవటంలో భాగంగా పుట్టే కథనాలు, అసత్యాలు, అర్థసత్యాలు. ఇటువంటి కథనాలన్నీ కేంద్ర నిఘా వర్గాల కార్యాలయల్లో రూపొందేవే. సమర్థవంతంగా రాష్ట్ర ప్రభుత్వాలకు చేరవేయబడుతున్నాయి.

మనం పాకిస్తాన్‌కు నమ్మదగ్గ మిత్రులమేమీ కాదు. పాకిస్తాన్ కూడా మనకు నమ్మదగ్గ మిత్రురాలు కాదు. దాంతో ప్రపంచవ్యాప్తంగా భారతదేశ ప్రయోజనాలకు భంగం కలిగించటానికి ఐఎస్ఐ పెద్దఎత్తున కుట్ర పన్నుతోందన్న వాదన, భారత భూభాగంలోకి చొరబాటుదారులను పంపుతోందన్న వాదన బాగా ప్రాచుర్యంలో ఉంది. దీనికి సమాధానంగా రీసెర్చ్ మరియు అనాలసిస్ వింగ్ కూడా ఇదే ధోరణిని అవలంబిస్తోందన్న సమర్థింపులు కూడా పెద్దఎత్తున వినిపిస్తున్నాయి. పాకిస్తాన్, బంగ్లాదేశ్ నిఘా వర్గాల మధ్య మిలాఖత్ అన్న వాదనే అనుమానాస్పదంగా ఉంది. మేధో మథనానికి పరిమితై చర్చించుకోవాల్సిన ఇటువంటి విషయాలను బాహాటంగా జనం ముందు ఉంచటం ద్వారా ఓ దురభిప్రాయాన్ని పెంపొందించేందుకు భారత ప్రభుత్వం ప్రయత్నం చేస్తోంది. ఈ పరిణామాలు భారత్ బంగ్లాదేశ్‌ల మధ్య ఉన్న సంబంధాలకు తూట్లు పొడిచి బంగ్లాదేశ్‌ను పాకిస్తాన్ ఒళ్లోకి నెట్టేసేందుకు మాత్రమే ఉపయోగపడుతున్నాయి. బంగ్లాదేశ్ ద్వారా పాకిస్తాన్ ప్రోత్సహిస్తున్న చొరబాట్లను నిరోధించాలనే పేరిట ఈశాన్య రాష్ట్ర ప్రభుత్వాల మెడపై కత్తి పెడుతోంది కేంద్ర ప్రభుత్వం. ఈ ప్రచారం ప్రకారం ఐఎస్ఐకి అసాధ్యమైనదంటూ ఏమీ లేదు. భారతదేశం ఎదుర్కొంటున్న అన్ని సమస్యలకూ ఆదిమూలం ఐఎస్ఐయ్యే అన్న భావన కల్పించటానికి కేంద్ర ప్రభుత్వం విశ్వప్రయత్నం చేస్తోంది. ఐఎస్ఐ తీవ్రవాదులు చొరబాటుదార్లను వెంటాడి వేటాడమే ప్రథమ ప్రాధాన్యత కలిగి జాతీయ కర్తవ్యంగా మారిపోయింది. బెంగాలీ మాట్లాడే ముస్లిం ముంబయిలోని మాతుంగలో నివశిస్తున్నా ఢిల్లీలో వసంత విహార్‌లో నివశిస్తున్నా తనను తాను భారతీయుడినే అని నిరూపించుకోలేకపోతే అతను నిస్సందేహంగా పాకిస్తాన్ ఏజెంటే అన్న మానసికత సర్వత్రా వ్యాపిస్తోంది.

ఈ పరిణామాలు గోరంతను కొండంతలు చేయటం కాదా అన్న ప్రశ్నకు ఇక్కడ అవకాశమే కనిపించటం లేదు. ముస్లిం మైనారిటీ దేశాలతో శాశ్వత యుద్ధోన్మాదాన్ని పెంచి పోషించటంలో భారతీయ జనతా పార్టీకి మాత్రమే ప్రయోజనం ఉంది. ఇటువంటి వాతావరణంతో మరెవ్వరికీ ప్రయోజనం లేదు. ఐఎస్ఐ చొరబాటుదారుల గురించి భయాందోళనలు రేకెత్తించటం సంఘపరివారపు దీర్ఘకాల వ్యూహంలో అంతర్భాగం అని భావించటానికి పలు కారణాలు ఉన్నాయి. ఈశాన్య రాష్ట్రాల్లో అధికారంలో ఉన్న అనేక ప్రభుత్వాలు బిజెపి రాజకీయ తాత్విక అవగాహనకు పూర్తి భిన్నమైన అభిప్రాయాలు కలిగిన పార్టీలు నడుపుతున్న ప్రభుత్వాలే. ఈ ప్రభుత్వాలు బిజెపి పన్నిన ఉచ్చులో చిక్కుకుపోతున్నాయా? రీసెర్చ్ మరియు అనాలసిస్ వింగ్, సిబిఐ వంటి సంస్థలు వండి

వార్చే కథనాలు - విద్రోహం, చౌరబాటు వంటి కథనాలను నమ్మాల్సిన అవసరం ఉందా?

ఈ ప్రశ్నను మరింత విపులంగా సంధించవచ్చు. ముస్లిం జనాభా అధికంగా ఉన్న ఏ దేశాన్నైనా శత్రువు కిందనే జమకడుతుంది బిజెపి. త్రిపుర, పశ్చిమబెంగాల్‌లలో అధికారంలో ఉన్న వామపక్ష సంఘటన ప్రభుత్వాలు కానీ అస్సాం, అరుణాచల్ ప్రదేశ్‌లలో ఉన్న కాంగ్రెస్ ప్రభుత్వాలు గానీ ఇదే అభిప్రాయంతో ఉన్నాయా? ఈ ప్రభుత్వాలు ఉద్దేశ్యపూర్వకంగా గానీ అన్యాపదేశంగానీ కేంద్ర ప్రభుత్వం చేతుల్లో పనిముట్లుగా మారి ఉగ్రవాదంపై యుద్ధం పేరుతో ముస్లిం పేర్లు పెట్టుకున్న పేదలను లక్ష్యంగా పెట్టుకుని భారతీయులను పాకిస్తాన్ బంగ్లాదేశీయుల పట్ల ఉసిగొల్పటంలో భాగస్వాము లవుతున్నాయా? ఢిల్లీలోని ఎన్డీయే ప్రభుత్వం ఈ ప్రమాదకరమైన దారిలో నడక కొనసాగిస్తే ఇరుగు పొరుగున ఉన్న అన్ని దేశాలతో వైరం కొని తెచ్చుకుంటుంటే భారతదేశంలో అంతర్భాగంగా ఉన్న రాష్ట్రాలు తమకంటూ స్వతంత్ర విదేశాంగ విధానాన్ని డిమాండ్ చేసేందుకు ఉన్న అవకాశాలను పరిశీలిస్తున్నాయా? జాతీయ సమగ్రత సమైక్యతలను కాపాడటానికి అటువంటి ప్రతిపాదనల గురించి చర్చించటం అనివార్యం. సమాఖ్య స్వభావంతో కూడిన విదేశాంగ విధానాన్ని అమల్లోకి తీసుకురాలేకపోతే రానున్న కొన్ని సంవత్సరాల్లో ఏకీకృత విదేశాంగ విధానాన్ని అడ్డం పెట్టుకుని బిజెపి 1947 తర్వాతి కాలంలో ఉనికిలోకి వచ్చిన భారతదేశాన్ని గంగలో కలిపేందుకు కూడా వెనుకాడదు.

- 1 మార్చి, 2003

17

వేడి బుడగ

ఓ ఆంగ్ల పత్రికలో వచ్చిన వార్త కథనాన్ని యథాతథంగా దిగువన ఇస్తున్నాము.

లండన్ : ఉద్యోగులు తమ జీవితంలో అత్యధిక భాగం ఆఫీసుల్లో గడిపేస్తున్నందున ఆఫీసు వాతావరణం ఆహ్లాదకరంగా ఉండేలా చూడటం ప్రాధాన్యత కలిగిన అంశంగా మారింది.

ఓ వెయ్యి మంది ఉద్యోగులను సర్వే చేయగా అందులో ఒకరో ఇద్దరో ఆఫీసులో పనిచేసే సహచరులతో శారీరక సంబంధాలు పెట్టుకున్నట్లు తేలింది.

ఉన్నతాధికారులతో లైంగిక సంబంధాలు కలిగి ఉండటం పదోన్నతులకు తేలికపాటి మార్గంగా ఈ మధ్య ముందుకొచ్చింది. అంతేకాక బ్లాక్‌మెయిల్ చేయటం, ఇతరుల పనికి అంతరాయం, నష్టం కలిగించటం కూడా పదోన్నతి పొందే సాధనాలుగా మారాయి.

(ఈ వెయ్యిమందిలో) కేవలం పదోన్నతి కోసం తమ బాస్‌తో ఓ రాత్రి గడపటానికి సిద్ధమైనట్లు 20 శాతం మంది వెల్లడించారు. వాళ్ల పనులు పూర్తి చేసుకోవటం కోసం అవసరమైతే ఉద్యోగులు అబద్ధాలాడటానికి, మోసగించటానికి, సాటి ఉద్యోగులకు వెన్నుపోటు పొడవటానికి కూడా వెనకాడటం లేదని సర్వే వెల్లడించింది.

ప్రతి ఐదుగురిలో ఒక్కరు ఇతరులు పూర్తి చేసిన పని తమదిగా చెప్పుకుంటున్నారు. ప్రశంసలు పొందుతున్నారు. మూడింట ఒకవంతు మంది సాటి ఉద్యోగిని సాగనంపటంలో యాజమాన్యంతో కుమ్మక్కవుతున్నారు. ది సన్ పత్రిక

వెల్లడించిన వివరాల ప్రకారం మూడింట రెండు వంతుల మంది తమ పనులు పూర్తి చేసుకోవటానికి పబ్బం గడుపుకోవటానికి సాటి ఉద్యోగులతో హెూయలు ప్రదర్శిస్తున్నారు.

సాటి ఉద్యోగుల వివాహేతర సంబంధాలు రహస్యంగా ఉంచేందుకు అవసరమైతే అబద్దాలాడటానికి సిద్ధమని పదిమందిలో ఏడుగురు చెప్పారు.

తాము తప్పులు చేసినప్పటికీ కంపెనీ నైతిక ప్రవర్తన నియమావళిని తప్పుపడుతున్నారు ఐదింట నలుగురు.

కెరీర్ సలహాదారు అంజుల ముంటాండ మాటల్లో యజమానుల ముందు విలువలు ప్రదర్శించటం చాలా ఒత్తిడితో కూడుకున్న వ్యవహారం. ఈ రకమైన ఒత్తిడి వల్లనే ఉద్యోగులు అబద్ధాలాడటానికి, మోసానికి పాల్పడుతున్నారు.

పారామౌంట్ హౌస్ ఎంటర్‌టెయిన్‌మెంట్ సంస్థ ఈ సర్వే నిర్వహించింది. చెరిగిపోతున్న రేఖలు అనే శీర్షికన ఈ సంస్థ విడుదల చేసిన వీడియోలో ఉద్యోగి పాత్ర పోషించిన బెన్ అఫ్లెక్ ఆఫీసులో తన పనులు పూర్తి చేసుకోవటానికి ఏకంగా యజమాని కూతురునే వల్లో వేసుకుంటాడు. పెళ్లి చేసుకుంటాడు.

ఈ సర్వేలో వెల్లడించిన వివరాల వాస్తవాల గురించి చర్చించుకోవటం పిల్లాటవుతుంది. సామాజిక డార్వినిజం పతాక స్థాయికి చేరింది. పైన ప్రస్తావించిన పత్రికలో పేర్కొన్నట్లుగా మనుడగ సాగించాలంటే యాజమాన్య మెళుకువలు పాటించక తప్పదు. మనుగడ సాగించటం సామర్థ్యంపై ఆధారపడి ఉంటుందన్నది డార్విన్ సిద్ధాంతం ఇక్కడ మెలకువ, సామర్థ్యం అంటే డబ్బు సంపాదనే. అంటే లాభార్జనే. నీకు సామర్థ్యం ఉంటే పేరు ప్రతిష్టలు, డబ్బు సంపాదించుకోవచ్చు. ఆ సామర్థ్యం లేకపోతే అనామకుడిగా మిగిలిపోవాల్సి ఉంటుంది.

లాభార్జనే ప్రమాణంగా ఉన్న సమాజంలో నీకున్న శషభిషలన్నీ వదిలేసుకోవాల్సి ఉంటుంది. ఈ రకమైన ఆర్థిక వ్యవస్థలో నైతికతను స్థానం లేదు. ఒక ఆఫీసులో పని చేసే అమ్మాయి ఎన్ని ఎక్కువసార్లు తన బాస్‌తో లైంగిక సంబంధం పెట్టుకుంటే పదోన్నతికి అంత ఎక్కువ అవకాశం ఉండే పరిస్థితి వచ్చినప్పుడు అటువంటి ఉద్యోగులకు మరో మార్గం ఉండదు. అటువంటి సమయాల్లో ఆల్ఫ్రెడ్ మార్షల్ పాక్షిక కౌలు సిద్ధాంతం కూడా సరిపోదు. పదోన్నతులు పొందుతున్న మహిళలు సమర్థత కలిగిన వారిగానూ మిగిలిన వాళ్లు సమర్థత లేనివాళ్లుగానూ పరిగణించబడతారు. ఇలా పదోన్నతులు

పొందుతున్న వాళ్లే తమ నైపుణ్యాలకు అనుగుణంగా యజమానుల నుండి పాక్షిక కౌలు వసూలు చేసుకోగలుగుతారు. ఒకవేళ ఫలానా ఉద్యోగిని చేసే వ్యవహారాన్ని మిగిలిన 99 మంది చేయటానికి అంగీకరించని సామాజిక పరిస్థితులు ఉంటే ఆ ఒక్క ఉద్యోగిని అందించే సేవలకు గిరాకీ ఎక్కువ కాబట్టి ఆమె పాక్షిక కౌలు స్థానంలో పూర్తి కౌలు వసూలు చేస్తుంది.

ఆఫీసుల్లో బాసులకు, నయా ఉదారవాద ఆర్థికవేత్తలకు మాత్రమే చెల్లిన పని ఇది. లైంగిక విశృంఖలత్వం ప్రాపంచిక వారసత్వం కాదు. కనీసం పశ్చిమ దేశాల వారసత్వం కూడా కాదు. పైన పేర్కొన్న పత్రికలో బ్రిటన్‌లో ఉన్న పరిస్థితిని వర్ణించారు. మిగిలిన యూరోపియన్ దేశాల పరిస్థితి ఇంతకన్నా భిన్నంగా ఉండదు. అమెరికాతో సహా. ఈ ప్రవర్తన సూత్రాలు నరనరాన జీర్ణించుకుపోయాయి. మనుగడ సాగించాలంటే కొందరు తమకున్న శషభిషలు వదులుకోవాల్సి ఉంటుంది. ఉన్నత శిఖరాలు అధిరోహించాలంటే పొరుగువాడిని హత్య చేయటానికైనా, అక్రమ లైంగిక సంబంధాలకైనా వెనకాడకూడదు. ఈ నూతన సంస్కృతిని ఎవరెంత త్వరగా అందిపుచ్చుకుంటారో వాళ్ళు తమ జీవితాల్లో నూతన శిఖరాలను అంత త్వరగా అధిరోహించగలుగుతారు.

మనుగడ సాగించటం, ధనార్జన జీవితానికి పర్యాయ లక్ష్యాలయ్యాయి. ఇటువంటి లక్ష్యాల పట్ల సమాజం కూడా ఓపికగా వ్యవహరిస్తోంది. ఉదాహరణకు తన బాస్‌తో శృంగారం నెరపటానికి సిద్ధపడ్డ మహిళా ఉద్యోగినే తీసుకుందాం. ఒకవేళ ఆమెకు పెళ్లయి ఉంటే ఇటువంటి పనులకు అంగీకరించే ముందు భర్తతో సంప్రదించడమో లేదా భర్తను మోసం చేయటమో రెండే మార్గాలు ఆమె ముందుంటాయి. ఆమె భర్త కూడా ఈ కాలానికి చెందిన మనిషే కదా. ఈ కాలపు మాయా ప్రపంచం గురించి తనకూ తెలుసు. అందువల్ల అతని భార్య అతని వద్ద ఏమీ దాయాల్సిన అవసరం లేదేమో. ఆ మాత్రం అర్థం చేసుకోగలిగినవాడే అయి ఉంటాడు. బహుశా భార్య అనుభవాల నుండి తాను ఓ అడుగు ముందుకు కూడా వెళ్లొచ్చు. ఒకవేళ ఆడపిల్లలకు పెళ్లిళ్లు కాకుండా తల్లితండ్రుల సంరక్షణలోనే ఉంటే పిల్లల పనులకు పెద్దలేమీ ఆటంకంగా ఉండబోరు. నయా సాంప్రదాయాల గురించి వాళ్లకు కూడా అంచనా అంటుంది. కళ్ల ముందు జరిగే పరిణామాలను వాళ్లూ అర్థం చేసుకోగలరు.

పాశ్చాత్య ప్రపంచంలో ఈ సమస్య ఇప్పుడు అంత పెద్ద సమస్యగా లేదు. సమాజంలో అన్నిటి కంటే ఎక్కువ ప్రభావం చూపేది భౌతిక వాస్తవమే. మారుతున్న

నాగరికతలకు అనుగుణంగా సమాజం కూడా తనను తాను సర్దుబాటు చేసుకుంటుంది. కొత్తదనాన్ని ఆలింగనం చేసుకుంటుంది. అయితే ఇదేమీ కొత్త పరిణామం కాదు. కొత్త నాగరికత కాదు. 70 ఏళ్ల క్రితం ఆల్డస్ హక్సిలీ సాహసోపేత నూతన ప్రపంచం పేరుతో రాసిన గ్రంథంలో హెచ్చరించాడు. జీవితం అనుకరించబడుతున్న ఊహాచిత్రం. సహజంగానే పాశ్చాత్య ప్రపంచం ఇటువంటి విషయాలను తేలికగ్గా తీసుకోవటానికి అలవాటు పడింది. లైంగిక విశృంఖలత సామాజికం ఆమోదం పొందిన వృత్తిగా మారింది. అంగీకృత నాగరికతలో అంతర్భాగమైంది. ప్రతి మనిషీ డబ్బు కోసం వెంపర్లాడుతున్నపుడు ఆ వెంపర్లాటలో ఏదీ అవరోధం కాదు. ఒకరు మరొకరి నాగరికతను, ఒక సమాజం మరో సమాజపు నాగరికతను అలవర్చుకుంటుంది. ఒకరు అనుసరించే ప్రమాణాలు మరొకరికి కూడా ఆమోదయోగ్యమవుతాయి. ఫలానా దిశలోనే సమాజం పయనించాలన్న షరతులేమీ లేవు. కెన్నడీ, బిల్ క్లింటన్ వంటి వాళ్లు అధ్యక్ష భవనంలో సైతం తమ రాసక్రీడలు కొనసాగించారు. ఈ విషయాలు వాళ్ల భార్యలకూ తెలుసు. అయినా వారి అక్రమ సంబంధాలను సహిస్తూ వచ్చారు. ఎందుకంటే వాళ్లు ఎదుర్కొన్న అవమానాలకు తగిన నష్టపరిహారాన్ని పొందారు. వాళ్ల భర్తలు దేశాధ్యక్షులు అయ్యారు కాబట్టే ఈ భార్యలు దేశానికి ప్రథమ మహిళలన్న గౌరవాన్ని పొందారు. అటువంటప్పుడు తమ బాధల గురించి ఆవేదన చెందాల్సిన అవసరం ఏముంటుంది? జాక్వెలిన్ కెన్నడీ కానీ, హిల్లరీ క్లింటన్ గానీ తాము అనుభవిస్తున్న హోదాలకు బదులు భర్తల అక్రమ సంబంధాలు భరించటానికి సిద్ధమయ్యారు. మార్కెట్ నియమాలు ఈ విధంగా సంతృప్తిపర్చబడ్డాయి. అమెరికా ప్రజలు కూడా అప్పుడప్పుడూ అక్రమ సంబంధాలు కలిగిన వాళ్లు దేశాధ్యక్షులయ్యారే అని వాపోతున్న పరిస్థితి లేదు. అప్పట్లో కెన్నడీ కానీ ఇప్పుడు క్లింటన్ కానీ పొందిన ప్రజాదరణకు వాళ్ల లైంగిక విశృంఖలత్వం ఆటంకం కాలేదు.

ఈ లక్షణాలు ఇప్పుడిప్పుడే ప్రపంచీకరణ వలయంలోకి అడుగుపెడుతున్న దేశాలకు ఎగుమతి అయినప్పుడు కొన్ని సమస్యలు వస్తాయి. ఆధిపత్య భావజాలం చెప్పేది ఒక్కటే. ధనం మూలం ఇదం జగత్. కోట్లుంటే కొండ మీది కోతి కూడా మాట వింటుందన్నదే ఈ నాగరికత లక్షణం. డబ్బు ఉంటే ఆఫీసులో అదనపు ప్రయోజనాలు పొందవచ్చు. అక్కౌంటెంట్లు, ఇంజనీర్లు, అధికారుల ప్రాపకం పొందవచ్చు. ఆఫ్రికా దేశపు సైన్యాధిపతికో, లాటిన్ అమెరికా దేశపు అధ్యక్షుడికో లంచం ఎరచూపి తమ పనులు చక్కబెట్టుకోవచ్చు. అవసరమైనప్పుడు ఆయా దేశాధినేతల సరసన కూర్చోబెట్టేది

కూడా ఈ డబ్బే. ప్రతిదానికీ ఓ వెల కట్టవచ్చునది ప్రాపంచిక నీతి. అందుకే డబ్బు చెల్లించి నీ బాధలు తీర్చుకో. కష్టాలు ఓర్చుకో అనేది నూతన సంస్కృతిగా చెలామణీ అవుతోంది. ఈ నూతన ప్రమాణాలు పాటించటం చేతకాని వాళ్లు సమాజానికి విసుగు పుట్టించే వాళ్లుగా కనబడతారు. అలాంటి వాళ్లనేమి చేయాలి? ఇరాక్ యుద్ధానంతర పరిస్థితినే తీసుకుందాం. ఇరాక్ రాజధాని బాగ్దాద్‌లో అమెరికా సేనలు ప్రవేశించిన తర్వాత మొత్తం దేశాన్ని తమ అదుపులోకి తెచ్చుకుంది అమెరికా. ప్రతిపక్షం గాల్లో కలిసిపోయింది. ఒసామా బిన్ లాడెన్‌ను వెంటాడి వేటాడి చంపినట్లే సద్దాంను కూడా చంపారు. అంత మాత్రాన వీళ్ల అనుయాయులు నిరాశ చెందలేదు. వాళ్ల గెరిల్లా దాడులు జరుగుతూనే ఉన్నాయి. రోజు ఏదో ఎవరో ఒక అమెరికా సైనికుడు ఈ గెరిల్లా దాడుల కారణంగా చనిపోవటమో గాయపడటమో జరుగుతూనే ఉంది. ఈ దాడులు స్వదేశంలో పాలకవర్గానికి ఇబ్బందిగానే ఉన్నాయి. ఇరాక్ మీద రెప్పపాటు వేగంతో దాడి చేసి అమెరికా సైన్యం క్రిస్టమస్ కంటే ముందే స్వదేశానికి చేరుకుంటారని నమ్మబలికాడు. ఇంకా కార్మిక దినోత్సవం కన్నా ముందే ఇరాక్ దాడికి వెళ్లిన అమెరికా సైన్యం ఇంటికి చేరుతుందని కూడా హామీ ఇచ్చాడు. అంత ధీమా వాస్తవ విరుద్ధమైనదని తేలిపోయింది. దాంతో ఇరాక్ ఆక్రమణ దుష్పరిణామాలు భరించే బాధ్యతను బయటి దేశాలకు అప్పగించేందుకు అమెరికా నిర్ణయించింది. అమెరికా సైన్యం ఇంటికి వెళ్లాలని ఉవ్విళ్లూరుతోంది కాబట్టి ఇరాక్‌లో పహరా కాసే పని భారతీయ సైన్యం నెత్తిన పడింది. అంతకంటే క్రూరమైన ఇరాకీ సైన్యం భారతీయ సైనికుల కాళ్లో వేళ్లో తెగనరుకుతూ ఉంటుంది అప్పుడప్పుడూ. అమెరికా దృష్టిలో భారతీయులు ప్రత్యేకించి భారతీయ నేతలు ఈ పనికి తగిన వారు. భారతీయుల ప్రాణాల కంటే అమెరికా పౌరుల ప్రాణాలు విలువైనవన్న నానుడిని అంగీకరించటానికి భారతీయ సైన్యానికి, నేతలకు పెద్దగా ఇబ్బందేమీ లేదు. అమెరికా సైనికుడు ఇరాకీ గెరిల్లా దళాల చేతుల్లో ప్రాణాలు కోల్పోవటం కంటే భారతీయులు ప్రాణాలు కోల్పోవటం ద్వారా మానవాళికి ఎక్కువ ప్రయోజనం అన్నదే సూత్రం అవుతోంది. పైగా ఇది మార్కెట్ వ్యవస్థ. మార్కెట్ సూత్రాలను అందరూ సమంగా పాటించాలి. నయా వలసగా మార్చుకున్న ఇరాక్ దేశంలో శాంతి భద్రతలు గాడిలో పెట్టడానికి కేటాయించిన 500 బిలియన్ డాలర్ల బడ్జెట్ కేటాయించారు. అమెరికా సైనికుల బదులు భారతీయ సైనికులు ఈ బాధ్యతలకు పురమాయించడినందుకు ఈ బడ్జెట్‌లో ఐదో వంతో, పదో వంతో వాటా ఇవ్వటానికి అమెరికా సిద్ధమైంది.

ఉపప్రధాని లాల్‌క్రిష్ణ అద్వానీ ద్వారా అమెరికా పంపిన సందేశం విస్పష్టంగానే ఉంది : ఇరాక్‌లో అమెరికా సైనికుల భారాన్ని మోయటానికి భారతదేశం సిద్ధమైతే కాశ్మీర్ విషయంలో పాకిస్తాన్‌ను కాదని భారతీయ ప్రయోజనాలను సమర్థించే విషయం ఆలోచించటానికి సిద్ధంగా ఉందన్న సందేశం పంపింది అమెరికా. కన్యత్వాన్ని ఖర్చు చేయటం ఖరీదైన పనే. అమెరికా దానికి నష్టపరిహారం చెల్లించటానికి సిద్ధంగా ఉంది. భారతీయులకు ఇంకేమి కావాలి ?

ప్రపంచమే వేశ్యావాటికగా మారింది. వ్యభిచారుల పాత్ర పోషించటానికి భారతీయ పాలకులు సంతోషంతో సిద్ధమయ్యారు. దీనికి భిన్నంగా అగ్రరాజ్యానికి అసౌకర్యం కలిగించే రీతిలో, నయా ఉదారవాద ఆర్థిక వ్యవస్థతో భారతదేశం వైరం తెచ్చుకునే స్థితిలో ఉందా అంటే లేదు. ఒకవేళ భారతీయులు మూర్ఖంగా ఈ వైఖరి తీసుకుంటే పెంటగాన్ (అమెరికా రక్షణ శాఖ కేంద్రం) దక్షిణాసియాలో మరో దుస్సాహసానికి ఒడిగట్టినా ఒడిగట్టవచ్చు. ఎవరైనా ప్రపంచ ఆర్థిక వ్యవస్థ సూత్రాలకు విరుద్ధంగా వ్యవహరిస్తే ప్రపంచ వేశ్యావాటిక నుండి బయటికి వెళ్ళాలని ప్రయత్నిస్తే వాళ్లకు జీవించి ఉండే హక్కు లేదు.

- 5 జూలై, 2003

9 789387 858671

Printed by Libri Plureos GmbH in Hamburg,
Germany